AF518708

ப.சரவணன் - தமிழ் இலக்கியத்தில் முனைவர் பட்டம் பெற்றவர். பொதுவாசிப்புக்கு உரிய நாவல்கள், சிறுகதைகள், கவிதைகள், வரலாறுகள் போன்றன சார்ந்து 75க்கும் மேற்பட்ட புத்தகங்களை எழுதியுள்ளார். இவர் 'மேகன்' என்ற புனைபெயரிலும் 'டாக்டர் ப.சரவணன்' என்ற பெயரிலும் எழுதி வருகிறார்.

கல்லூரியில் தமிழ் இலக்கியம் பயின்றதால் மரபார்ந்த தமிழ் இலக்கியத்தின் மீது ஈடுபாடு கொண்டிருந்தார். பின்னர், எழுத்தாளர் ஜெயமோகனின் எழுத்துகளின் வழியாக நவீனத் தமிழ் இலக்கியத்தின் மீது விருப்பம் கொண்டு, விரிவாக வாசிக்கத் தொடங்கினார். தொடர்ந்து விமர்சனக் கட்டுரைகளை எழுதினார்.

'சொல்புதிது' சிற்றிதழ், 'மருதம்' இணைய இதழ் ஆகியவற்றில் சிலகாலம் பணியாற்றினார். தொடர்ந்து சில இலக்கியக் கூட்டங்களை மதுரையில் நடத்தினார். தற்போது 'தமிழ் விக்கி'யின் கல்வித்துறை சார்ந்த ஆசிரியர் குழுவில் உள்ளார்.

நவீனத் தமிழ்ப் படைப்புகளின் மீது மரபார்ந்த தமிழ் ரசனை சார்ந்த விமர்சனங்களை முன்வைத்தவர் என்ற முறையில் இவர் தமிழ் இலக்கியப் பெரும்பரப்பில் அடையாளம் காணப்படுகிறார்.

இவர் பெற்றுள்ள விருதுகள்

1. செந்தமிழ்த் திலகம் விருது - ஜூலை 23, 2011

2. இலக்கியச் சுடர் விருது - ஜூலை 21, 2012

3. எழுத்துலகத் தேனீ - 2022

சர்வாதிகாரி தைமூர்

ப. சரவணன்

தைமூர்
ப.சரவணன் ©

சுவாசம் பதிப்பகம்

Timur
by P.Saravanan ©

First edition: Dec 2023

ISBN: 978-93-95272-82-7
Title Number: Swasam 102

Published by:
Swasam Publications Private Limited,
52/2, Near B.S Mahal, Ponmar,
Chennai, Tamil Nadu – 600127
Email: swasam.publications@gmail.com

Printed by: Adyar Students Xerox, Chennai – 600 002

To buy the book: Swasam Bookart - +91-8148066645
Website: https://www.swasambookart.com/

உள்ளே...

1

வரலாற்றில் தைமூரின் தாக்கம்

'டாமர்லேன்' (Tamerlane - Timur) என்று அழைக்கப்படும் தைமூர், வரலாற்றில் ஒரு வலிமையான மற்றும் புதிரான நபராக இருந்தார். பொ.யு.1336ம் ஆண்டில் தற்போதைய உஸ்பெகிஸ்தானில் பிறந்த இவர், தனது காலத்தில் மிகவும் செல்வாக்கு மிக்க ஆட்சியாளர்களில் ஒருவராக உயர்ந்தார். தைமூரின் வாழ்க்கை, சாதனைகள், நீடித்த தாக்கம், பின்னணி, ராணுவப் படையெடுப்புகள் மற்றும் அவரது பாரம்பரியம் ஆகியவற்றைப் பற்றிக் காண்போம்.

தைமூர் மத்திய ஆசியாவில் உள்ள சிறிய மங்கோலியக் குழுவான பர்லாஸ் பழங்குடியினரில் பிறந்தார். சிறு வயதிலிருந்தே தைமூர் அதிகாரம் மற்றும் வெற்றியைக் குறிக்கோளாகக் கொண்டிருந்தார். பொ.யு.1370ம் ஆண்டில் சமர்கந்த் பகுதியைக் கைப்பற்றி தனது தலைநகராக மாற்றியதிலிருந்து அவரது ஆதிக்கப் பயணம் தொடங்கியது. அவர் பிராந்திய விரிவாக்கம், ராணுவ வெற்றிக்கான இடைவிடாத தேடலில் ஈடுபட்டார்.

தைமூரின் ராணுவப் படையெடுப்புகள் அவற்றின் இரக்கமற்ற தன்மை,மூலோபாயப் புத்திசாலித்தனத்தால் கவனம்பெற்றன. இவரது படைகள் ஒழுக்கம் போர்க்களத் தந்திரங்களுக்குப் பெயர் பெற்றவை. பொ.யு.1402ம் ஆண்டு ஒட்டோமான் பேரரசுக்கு எதிரான அவரது அங்காரா போர் மிகவும் பிரபலமான படையெடுப்புகளில் ஒன்றாகும். அப்போரில் அவர் ஒட்டோமான் சுல்தான் முதலாம் பயேசித்தைத் (Bayezid) தோற்கடித்தார். இது ஒட்டோமான் பேரரசின்

சிதைவுக்கு வழிவகுத்தது. பொ.யு.1398ம் ஆண்டில் அவர் இந்தியா மீது படையெடுத்து தில்லியைக் கைப்பற்றி அழிவின் தடத்தை விட்டுச் சென்றார்.

தைமூரின் ராணுவ வலிமை ஒரு பிராந்தியத்துடன் நின்றுவிடவில்லை. அவர் மத்திய ஆசியா, மத்தியக் கிழக்கு, தெற்காசியா முழுவதும் தன் வெற்றி அணிவகுப்பினை நடத்தினார். இது இப்பகுதிகளின் அரசியல் நிலப்பரப்பில் நீடித்த தாக்கத்தை ஏற்படுத்தியது.

தைமூரின் ஆட்சி முறை வரலாற்றாசிரியர்களிடையே கணிசமான விவாதத்திற்கு வழிவகுத்தது. அவரது ஆட்சி கொடூரத்தையும், வெற்றிகளால் ஏற்பட்ட மகத்தான மனிதத் துன்பங்களையும் கொண்டிருந்தாலும், வரலாற்றின் போக்கை வடிவமைப்பதில் அவர் முக்கியப் பங்கு வகித்தார். தைமூரியப் பேரரசு என்று அழைக்கப்படும் இவரது பேரரசு, கலாசாரம் மற்றும் கலை வளர்ச்சிக்கு வழிவகுத்தது. தைமூரிய வம்சம், குறிப்பாக அவரது சந்ததியினரின் கீழ், கலை, அறிவியல், புலமை ஆகியவை வளர்ச்சி அடைந்தது. தைமூரின் வெற்றிகள் அவர் வென்ற பகுதிகளில் ஆழமான தாக்கத்தை ஏற்படுத்தின. மத்திய ஆசியாவில், அவரது ஆட்சி பாரசீகக் கலாசாரம் மற்றும் மொழியின் பரவலுக்குப் பங்களித்துப் பல நூற்றாண்டுகளாக நீடித்தது.

இந்தியாவில், அவரது படையெடுப்பு ஓர் அதிகார வெற்றிடத்தை ஏற்படுத்தியது. இது முகலாயப் பேரரசின் எழுச்சிக்கு வழிவகுத்தது. மத்தியக் கிழக்கில், அவர் ஒட்டோமான் பேரரசின் மேலாதிக்கத்தைச் சீர்குலைத்தார். இது பிராந்தியத்தில் அதிகாரச் சமநிலையைப் பாதித்தது. தைமூர் ஒரு சிக்கலான வரலாற்று நபராக இருந்தார். அவரது வாழ்க்கையும், செயல்களும் அறிஞர்களையும், வரலாற்றாசிரியர்களையும் தொடர்ந்து கவர்ந்திழுக்கின்றன.

அவரது ராணுவப் படையெடுப்புகள் வெற்றிகள், மிருகத்தனம், தந்திரம், புத்திசாலித்தனம் ஆகியவற்றை உள்ளடக்கியது. அவரது படையெடுப்புகளால் பேரழிவுகள் ஏற்பட்டாலும், அவர் வென்ற பிராந்தியங்களில் கலாசாரம், கலை, அரசியல் ஆகியவை பெரும் மாற்றங்களை அடைந்தன. வரலாற்றில் தைமூரின் தாக்கம் மறுக்க முடியாதது. அவரது வாழ்க்கை, லட்சியம், அதிகாரம் மற்றும் மனித நடவடிக்கைகளின் நீடித்த விளைவின் சான்றாகச் செயல்படுகிறது.

தைமூரின் ஆரம்ப ஆண்டுகள்

தைமூர், தனது ராணுவ வெற்றிகளாலும், அவர் நிறுவிய பரந்த சாம்ராஜ்ஜியம் காரணமாகவும் உலக வரலாற்றில் ஒரு

முக்கிய நபராக இருந்தார். அவரது குழந்தைப் பருவம் மற்றும் ஆரம்பக்கால வாழ்க்கையைப் புரிந்துகொள்வது அவரது குணாதிசயங்கள், லட்சியங்களை வடிவமைத்த தகவல்களைப் பெறுவதற்கு முக்கியமானது.

- துமனய் கான்
  - கச்சுலி
    - எர்டெம்ச்சு பர்லாஸ்
      - சுகு செச்சென்
        - கரச்சர் நோயன்
          - இச்சில்
            - அய்லங்கிர்
              - புர்குல் நோயன்
                - தரகை நோயன்
                  - **தைமூர்**
  - காபூல் கான்
    - பார்டன் பகதூர்
      - எசுகெய் பகதூர்
        - **செங்கிஸ் கான்**

தைமூர் பொ.யு.1336ம் ஆண்டில் மத்திய ஆசியாவில் உள்ள பர்லாஸ் பழங்குடியினரின் ஒரு பகுதியான கேஷ் நகரில் பிறந்தார். இது அந்த நேரத்தில் சகதாய் கானேட்டின் (Chagatai Khanate) ஆட்சியின் கீழ் இருந்தது. இவரது குடும்பம் மங்கோலிய வம்சாவளியைச் சேர்ந்திருந்தாலும், உள்ளூர் துருக்கியக் கலாசாரத்தில் உள்வாங்கப்பட்டது. தைமூரின் குழந்தைப் பருவம் ஒரு பழங்குடிச் சமூகத்தின் எளிமையான வளர்ப்பிலும், அதன் அனுபவங்களாலும் உருவாக்கப்பட்டது. அவரது குடும்பம் வறுமையில் வாடவில்லை என்றாலும் பிரபுக்களிடமிருந்து வெகு தொலைவில் இருந்தது.

அவரது குடும்பம் சவாலான சூழ்நிலைகளில் இருந்தபோதிலும், தைமூர் ஒரு அடிப்படை கல்வியைப் பெற்றார். அவர் சகதாய் துருக்கிய மொழி, அரபு ஆகிய இரண்டிலும் படிக்கவும், எழுதவும்

கற்றுக்கொண்டார். தைமூரின் ஆரம்பக்கால இஸ்லாமியக் கலாசாரமும், புலமையின் வெளிப்பாடும் பின்னர் ஒரு ஆட்சியாளராக அவரது வாழ்க்கையில் குறிப்பிடத்தக்கப் பங்கைக் கொண்டிருந்தது. சிறு வயதிலிருந்தே, தைமூர் லட்சியத்தையும் அதிகாரத் தாகத்தையும் வெளிப்படுத்தினார். அந்த எளிமையான வாழ்க்கையில் அவர் திருப்தியடையவில்லை. முன்னேற்றத்திற்கும், அங்கீகாரத்திற்குமான வாய்ப்புகளைத் தேடினார். தனது இளமைப் பருவத்தில், அவர் ஓர் உள்ளூர்ப் போர்ப்பிரபுவின் குழுவில் சேர்ந்து ராணுவ அனுபவத்தைப் பெற்றார்.

தைமூரின் தலைமைத்துவத்திற்கான பாதை முன்னரே தீர்மானிக்கப் படவில்லை. ஆட்சி செய்த கானின் மரணத்திற்குப் பின்னர் சகதாய் கானேட்டின் தலைநகரான சமர்கந்தின் பாதுகாவலராக அவர் நியமிக்கப்பட்டபோது விதியின் திருப்பம் ஏற்பட்டது. இந்நிகழ்வு அவர் அதிகாரத்திற்கு ஏறுவதற்கான தொடக்கமாக அமைந்தது. சமர்கந்த் மற்றும் அதைச் சுற்றியுள்ள பகுதிகளில் தனது ஆட்சியை விரைவாக உறுதிப்படுத்தினார்.

தைமூரின் ஆரம்பக்கால ராணுவப் படையெடுப்புகள் மிதமான அளவில் இருந்தாலும், அவை அவரது ராணுவ வலிமைக்கும், திறமைக்கும் முன்னெடுப்பாக அமைந்தன. பிராந்தியத்தில் ஏற்பட்ட அரசியல் ஸ்திரமின்மையைப் பயன்படுத்தி, படிப்படியாகத் தனது செல்வாக்கையும், கட்டுப்பாட்டையும் விரிவுபடுத்தினார். அவரது ஆரம்பக்கால வெற்றிகள் அவரது பிற்கால வெற்றிகளுக்கு அடித்தளமிட்டன.

தைமூரின் குழந்தைப் பருவமும், ஆரம்பக்கால வாழ்க்கையும் சாதாரணத் தொடக்கம், அடிப்படைக் கல்வி, அதிகாரத்திற்கான தேடல் ஆகியவற்றால் கட்டப்பட்டன. மத்திய ஆசியாவின் கரடுமுரடான பழங்குடிச் சூழலில் அவர் வளர்ந்தது, அவரது பிற்கால வெற்றிகளுக்கு உதவிய மீள்திறனையும், உறுதியையும் அவருக்குள் விதைத்தது. வரலாற்றின் மிக வலிமையான வெற்றியாளர்களில் ஒருவராக மாறுவதற்கான அவரது பயணம் வரலாற்றின் போக்கை வடிவமைப்பதில் தனிப்பட்ட உந்துதல் மற்றும் சூழ்நிலைகளின் பங்கிற்கு ஒரு சான்றாகும். தைமூரின் ஆரம்பக்கால அனுபவங்கள் அவரது அதிகார உயர்வுக்கும், நீடித்த பாரம்பரியத்திற்கும் அடித்தளம் அமைத்தன.

ஒரு போர்வீரரின் பாதையை உருவாக்குதல்

பொ.யு.14ம் நூற்றாண்டின் வலிமையான வெற்றியாளரான தைமூர் என்ற இளைஞனுக்கு முன் சவால்களும் வாய்ப்புகளும் நிறைந்திருந்தன. அதுவே அவரது தலைவிதியை வடிவமைத்தது.

தைமூரின் பதின்ம வயது வாழ்க்கை அனுபவங்கள் பின்னர் ஒரு போர்வீரராகவும் தலைவராகவும் உருவான அவரது வளர்ச்சிக்குப் பங்களித்தது.

தைமூரின் பதின்ம வயது மத்திய ஆசியாவில் பொ.யு.14ம் நூற்றாண்டின் கொந்தளிப்பிற்கு இடையே உருவானது. இவரது இளமை இனிமையானதாக இல்லை. அரசியல் ஸ்திரமின்மை, பழங்குடி மோதல்கள், எதிரெதிர் பிரிவுகள், வெளிநாட்டுச் சக்திகளின் படையெடுப்பு அச்சுறுத்தல் ஆகியவற்றால் நிறைந்தது.

தைமூரின் பதின்ம வயதில், அவரின் தற்காப்புத் திறன்களும், தலைமைப் பண்புகளும் வெளிப்படத் தொடங்கின. சிறு வயதிலிருந்தே போர்களில் அவர் ஆர்வத்தை வெளிப்படுத்தினார். உள்ளூர் பழங்குடிகளுக்கும், பிரபுக்களுக்கும் இடையேயான அதிகாரத்திற்கான தொடர்ச்சியான போராட்டங்கள் அவருக்குப் போர் அனுபவத்தையும், சிந்தனையை வளர்ப்பதற்கும் வாய்ப்புகளை வழங்கின.

தைமூரின் பதின்ம வயது வாழ்க்கை ராணுவப் பயிற்சியால் நிறைந்தது. வில்வித்தை, குதிரையேற்றம், வாள் வீச்சு போன்ற கலைகளை அவர் கற்றார். இந்தத் திறன்கள் பிற்காலத்தில் அவரது வெற்றிக்கு உதவியது.

தைமூரின் பதின்ம வயது வாழ்க்கையின் ஒரு முக்கிய அம்சம் இஸ்லாமியக் கலாசாரம் மற்றும் புலமையின் வெளிப்பாடு ஆகும். அவரது சொந்த ஊரான சமர்கந்த் உட்பட மத்திய ஆசியா இந்தக் காலகட்டத்தில் இஸ்லாமியக் கல்வி மையமாக இருந்தது. இஸ்லாமியக் கலாசாரத்திலும், மதத்திலும் தைமூரின் ஆர்வம் அவரது பதின்ம வயதில் ஆழமடைந்தது. இது பிற்காலத்தில் ஓர் ஆட்சியாளராக அவரது நடவடிக்கைகள், கொள்கைகளில் செல்வாக்கு செலுத்தியது.

தைமூரின் பதின்ம வயது சாதாரண நிலையிலிருந்து உயர வேண்டும் என்ற தீவிரமான லட்சியத்தைக் கொண்டிருந்தது. பிராந்தியத்தில் மேலாதிக்கத்திற்காகப் போட்டியிடும் பழங்குடிகள் மற்றும் பிரபுக்களுடன் அவர் போராட வேண்டியிருந்தது. அதிகாரத்திற்கான இந்தப் போட்டி அவரது லட்சியத்தையும், தனக்கென ஒரு குறிப்பிடத்தக்கக் கொள்கையைச் செதுக்குவதற்கான விருப்பத்தையும் தூண்டியது.

தைமூர் இளம் போர்வீரரிலிருந்து ஒரு தலைவராக மாறிய பயணம் அவரது பதின்ம வயதில் தொடங்கியது. அவர் விசுவாசமான போர்வீரர்கள், ஆதரவாளர்களைத் தன் ஆளுமையால் ஈர்த்தார்.

சமர்கந்தில் உள்ளூர்ச் சக்தியாகத் தன்னை நிலைநிறுத்திக் கொண்டார். விசுவாசத்தை ஊக்குவிப்பதற்கும், போரில் வழிநடத்துவதற்குமான அவரது திறன் அவரது எதிர்கால வெற்றிகளுக்குக் களம் அமைத்தது. தைமூரின் இளமை வாழ்க்கை இடர்ப்பாடுகள், தற்காப்புப் பயிற்சி, தலைமைத்துவ அனுபவங்களின் கலவையாக இருந்தது. அவரது இளமையில் சந்தித்த சவால்களும், வாய்ப்புகளும் அவரது பிற்கால வாழ்க்கையை தீர்மானிக்கும் வலிமையான ராணுவப் படையெடுப்புகள் மற்றும் சாம்ராஜ்யக் கட்டமைப்பிற்கு அவரைத் தயார்ப்படுத்தின.

இஸ்லாமியப் பண்பாட்டின் மீதான அவரது நம்பிக்கையும், மத்திய ஆசியாவில் அதிகாரத்திற்கான தொடர்ச்சியான போராட்டமும் அவரை தொலைநோக்கு வெற்றியாளராக வடிவமைத்தது. வரலாற்றின் மிகவும் செல்வாக்குமிக்க தலைவர்களில் ஒருவராக மாறுவதற்கான பயணத்தில் தைமூரின் பதின்ம வயது ஒரு முக்கியமான கட்டமாகும்.

2

ஒரு வெற்றியாளரின் தனிப்பட்ட பக்கம்

தைமூர், தனது ராணுவ வெற்றிகளுக்காகவும், அவர் எழுப்பிய பேரரசுக்காகவும் பரவலாக அறியப்பட்டிருந்தாலும், அவரது வாழ்க்கையின் அதிகம் அறியப்படாத அம்சத்தை ஆராய்வது அவசியம். தைமூரின் குடும்ப வாழ்க்கை அவரது ஆளுமையை வடிவமைப்பதிலும், அவரது ஆட்சியில் செல்வாக்குச் செலுத்துவதிலும் குறிப்பிடத்தக்கப் பங்கைக் கொண்டிருந்தது.

தைமூர் பொ.யு.1336ம் ஆண்டில் மத்திய ஆசியாவில் உள்ள பார்லாஸ் பழங்குடிகளில் பிறந்தார். இவரது குடும்பம் துருக்கிய-மங்கோலிய வம்சாவளியைச் சேர்ந்தது. மங்கோலிய மற்றும் பாரசீகக் கலாசாரத் தாக்கங்களை அனுபவித்தது. இவரது தந்தை அமீர் தாரகை ஒரு சிறிய பிரபுவாக இருந்தார். அவரது குடும்பத்தின் சமூக அந்தஸ்து மதிப்புமிக்கதாக இல்லை. இந்த எளிய பின்னணி தைமூரின் ஆரம்பக்கால வாழ்க்கையிலும், லட்சியங்களிலும் ஆழமான தாக்கத்தை ஏற்படுத்தியது.

தைமூரின் முதல் மனைவி பீபி கானிம், அவரது வாழ்க்கையிலும், சாம்ராஜ்ஜியத்திலும் முக்கியப் பங்கு வகித்தார். அவர் ஒரு தோழராக மட்டுமல்லாமல் ஓர் ஆலோசகராகவும் இருந்தார். அவரது பாரசீக வம்சாவளி தைமூரின் அரசவையில் செல்வாக்குச் செலுத்தியது. தைமூரின் மிகவும் பிரபலமான திருமணங்களில் ஒன்று செங்கிஸ்கானின் வழித்தோன்றலான சரே முல்க் கானும் என்பவருடன். இந்தத் திருமணம் அவரது ஆட்சியைச் சட்டப்பூர்வமாக்கவும், மங்கோலியப்

பாரம்பரியத்தின் மீதான அவரது உரிமையை வலுப்படுத்தவும் உதவியது. தைமூருக்குப் பல மனைவிகளும், துணைவிகளும் இருந்தனர். இது அக்காலத்தின் சக்திவாய்ந்த ஆட்சியாளர்களின் வழக்கமான நடைமுறைகளைப் பிரதிபலித்தது.

தைமூரின் குடும்ப வாழ்க்கை சிக்கல்களாலும், உள் போட்டிகளாலும் நிறைந்திருந்தது. அவர் தனது பேரரசை விரிவுபடுத்தியபோது, தனது மகன்கள் மற்றும் பேரன்களைப் பல்வேறு பிராந்தியங்களின் ஆளுநர்களாக நியமித்தார். இது அவரது ஆண் வாரிசுகளிடையே அதிகாரத்திற்கான போட்டிக்கு வழிவகுத்து, மோதல்களுக்கும், படுகொலைகளுக்கும் வித்திட்டது. தைமூர் கண்டிப்பான, சர்வாதிகாரத் தந்தையாகவும், ஆட்சியாளராகவும் அறியப்பட்டார். அவர் தனது குடும்ப உறுப்பினர்களிடமிருந்து முழுமையான விசுவாசத்தையும், கீழ்ப்படிதலையும் எதிர்பார்த்தார். எந்தவொரு விசுவாசமின்மையும் கடுமையான விளைவுகளுக்கு வழிவகுக்கும். இந்தச் சர்வாதிகார அணுகுமுறை அவரது ஆட்சிக்கும் விரிவடைந்தது. அங்கு அவர் இரும்புக் கரம் கொண்டு ஆட்சி செய்தார்.

பொ.யு.1405ல் தைமூரின் மரணம் அவரது சந்ததியினரிடையே அதிகாரப் போட்டியின் தொடக்கத்தைக் குறிக்கிறது. அவரது மகன்களும், பேரன்களும் பரந்த தைமூரியப் பேரரசின் கட்டுப்பாட்டிற்காகப் போட்டியிட்டனர். இது நிலையற்ற தன்மைக்கு வழிவகுத்து, தைமூரின் பேரரசைச் சிதைத்தது. தைமூரிய வம்சம் வெவ்வேறு பிராந்தியங்களில் பல்வேறு வடிவங்களில் தொடர்ந்தது.

தைமூரின் குடும்ப வாழ்க்கை திருமணங்கள், போட்டிகள், அதிகார மோதல்களின் சிக்கலான வலையால் பின்னப்பட்டது. அவரது தனிப்பட்ட வாழ்க்கையிலும், ஆட்சியிலும் அவரது குடும்பம் குறிப்பிடத்தக்கப் பங்கைக் கொண்டிருந்தது. அவர் செய்த திருமணங்கள், அவர் வளர்த்த குழந்தைகள், அவரது குடும்பத்திற்குள் இருந்த இயக்கவியல் அனைத்தும் மத்திய ஆசியா, மத்தியக் கிழக்கின் வரலாற்றில் நீண்டகால விளைவுகளை ஏற்படுத்தின. தைமூரின் பாரம்பரியம், ஒரு வெற்றியாளராகவும், ஒரு தந்தையாகவும், வரலாற்று ஈர்ப்பு மற்றும் விசாரணைக்கு உட்பட்டதாகவே தொடர்கிறது.

தைமூரின் உணவுப் பழக்கங்கள்

தைமூர் 14ம் நூற்றாண்டின் பெரும் வெற்றியாளராகவும் ஆட்சியாளராகவும் இருந்தார். வரலாற்றில் அவரது தாக்கம்

நன்கு ஆவணப்படுத்தப்பட்டுள்ளது. அவரது ராணுவப் படையெடுப்புகள், சாம்ராஜ்ஜியத்தைக் கட்டியெழுப்புதல் ஆகியவை பரவலாக விவாதிக்கப்பட்டாலும், உணவுப் பழக்கவழக்கங்கள் உட்பட அவரது தனிப்பட்ட வாழ்க்கை, அவரது அன்றாட இருப்பு, கலாசாரத் தாக்கங்கள் குறித்த மதிப்புமிக்க தகவல்களை வழங்குகிறது.

தைமூரின் உணவுப் பழக்கம் அவரது காலத்தில் மத்திய ஆசியாவின் சமையல் மரபுகளில் ஆழமாக வேரூன்றியிருந்தது. ஆட்டுக்குட்டி, மாட்டிறைச்சி, மட்டன், அரிசி, கோதுமை, பால் பொருட்கள் போன்ற பிரதானப் பொருட்களின் பயன்பாட்டால் மத்திய ஆசிய உணவு வகைப்படுத்தப்படுகிறது. இப்பகுதியில் நிலவும் நாடோடி வாழ்க்கை முறையும் உணவு வகைகளில் தாக்கத்தை ஏற்படுத்தியது. எளிமையான, பாதுகாக்கப்பட்ட உணவுகளுக்கு முக்கியத்துவம் அளித்தது.

தைமூரின் உணவு, அவரது பிராந்தியத்தில் உள்ள பலரைப் போலவே, பெரும்பாலும் இறைச்சியை மையமாகக் கொண்டிருந்தது. ஆட்டுக்குட்டி, மட்டன் ஆகியவை விரும்பப்பட்டன. பெரும்பாலும் கபாப்கள், குழம்புகள், வறுத்த இறைச்சிகள் உள்ளிட்ட பல்வேறு உணவுகள் தயாரிக்கப்பட்டன. இறைச்சி, சீரகம், கொத்தமல்லி, பூண்டு போன்ற மசாலா பொருட்கள் சேர்த்துச் சுவைக்கப்பட்டது. இது மத்திய ஆசிய உணவு வகைகளைப் பிரதிபலிக்கிறது.

தைமூரின் உணவுப் பழக்கத்தில் பால் பொருட்கள் குறிப்பிடத்தக்க இடத்தைப் பிடித்தன. தயிர், பாலாடைக்கட்டி, புளித்த பால் பொருட்கள் ஆகியவை பயன்படுத்தப்பட்டன. இவை பெரும்பாலும் இறைச்சி உணவுகளுக்குத் துணையாக வழங்கப்பட்டன.

நான் அல்லது லாவாஷ் போன்ற தட்டையான ரொட்டிகள், தைமூரின் உணவில் பிரதானமாக இருந்தன. இந்த ரொட்டி வகைகள் நாடோடி வாழ்க்கை முறைக்கு மிகவும் பொருத்தமானவை. ஏனெனில், அவை தயாரிக்க எளிதானவை மேலும் நீண்ட காலத்திற்குச் சேமிக்கப்படலாம். அரிசி, கோதுமை போன்ற தானியங்களும் முக்கிய கூறுகளாக இருந்தன. அவை பிலாஃப்கள் மற்றும் பிற உணவுகளைத் தயாரிக்கப் பயன்படுத்தப்பட்டன.

இறைச்சி, பால் ஆகியவை தைமூரின் உணவின் மையமாக இருந்தபோதிலும், அவர் பழங்கள், கொட்டைகள், இனிப்புகளை

விரும்பி உண்டார். மத்திய ஆசிய இனிப்புகளில் பெரும்பாலும் உலர்ந்த பழங்கள், தேன், கொட்டைகள் போன்ற பொருட்கள் இருந்தன. அரைத்த கொட்டைகள் அல்லது எள்ளிலிருந்து தயாரிக்கப்பட்டு தேன் சேர்த்த அல்வா போன்ற இனிப்பு உணவுகள் பிரபலமாக இருந்தன.

தைமூரின் ஆட்சியும், அவரது அரசவையும் பாரசீகக் கலாசாரத்தால் பாதிக்கப்பட்டன. இந்தத் தாக்கம் அவரது உணவுப் பழக்கவழக்கங்களுக்கும் பரவியது. பாரசீக உணவு வகைகள் நறுமண மூலிகைகள், குங்குமப்பூ போன்ற சுவைகளைப் பயன்படுத்துவதற்குப் பெயர் பெற்றவை. தைமூரின் பாரசீகக் கலாசார வெளிப்பாடு பாரசீகச் சமையல் கூறுகளை அவரது உணவில் இணைக்க வழிவகுத்தது.

தைமூரின் உணவுப் பழக்கவழக்கங்கள் மத்திய ஆசியாவின் சமையல் மரபுகள், அவரது காலத்தின் பாரசீகச் செல்வாக்கின் பிரதிபலிப்பாக இருந்தன. அவரது உணவு இறைச்சி, பால், ரொட்டி, தானியங்களை மையமாகக் கொண்டது. பிராந்தியத்தின் உணவு வகைகளின் நாடோடி, விவசாய அம்சங்களைக் காட்சிப்படுத்தியது. அவரது ராணுவ வெற்றிகள் மற்றும் அரசியல் பாரம்பரியம் நன்கு ஆவணப்படுத்தப்பட்டிருந்தாலும், அவரது உணவுப் பழக்க வழக்கங்கள் இந்தப் புதிரான வரலாற்று நபரை வடிவமைத்த அன்றாட வாழ்க்கை, கலாசாரத் தாக்கங்களைப் பற்றிய மிகவும் நெருக்கமான பார்வையை வழங்குகின்றன.

தைமூரின் ஆடை பாணி

தைமூர், அவரது ராணுவப் படையெடுப்புகள் மற்றும் சாம்ராஜ்ஜியத்தைக் கட்டியெழுப்புவதற்காகக் கொண்டாடப்படுகிறார். இருப்பினும், அவரது ஆடை பழக்கவழக்கங்கள் அவரது காலத்தின் கலாசாரம் மற்றும் ஆடை போக்குகளைப் பற்றிய பார்வையை வழங்குகின்றன.

தைமூரின் ஆடைப் பழக்கம் அவரது காலத்தில் மத்திய ஆசியாவின் ஆடை மரபுகளில் ஆழமாக வேரூன்றியிருந்தது. மத்திய ஆசிய உடைகள் பிராந்தியத்தின் நாடோடி பாரம்பரியம், பட்டு சாலைக்கு அருகாமையில் இருப்பதால் அங்குத் தாக்கம் செலுத்தியது. இது ஜவுளிகள், உடைகளின் பரிமாற்றத்திற்கு உதவியது.

தைமூர் பெரும்பாலும் நேர்த்தியான பட்டு போன்ற உயர்தரத் துணிகளால் செய்யப்பட்ட ஆடம்பரமான ஆடைகளை அணிந்திருந்தார். இந்த ஆடைகள் அவரது பதவிக்கு ஏற்றவாறு

வடிவமைக்கப்பட்டன. அவை பெரும்பாலும் சிக்கலான தையல் வேலைகளால் அலங்கரிக்கப்பட்டன. இது திறமையான கைவினைத்திறனை வெளிப்படுத்தியது. பட்டு ஆடைகள் மீதான அவரது விருப்பம் அந்த நேரத்தில் அதற்கு இருந்த பரவலான வரவேற்பை வெளிப்படுத்துகிறது.

தைமூரின் ஆடையில் நிறம் குறிப்பிடத்தக்கப் பங்கு வகித்தது. ஆழமான நீலம், சிவப்பு, ஊதா போன்ற துடிப்பான வண்ணங்களை அவர் விரும்பினார். இந்த வண்ணங்கள் செல்வத்தையும், அதிகாரத்தையும் அடையாளப்படுத்தியது மட்டுமல்லாமல், ஓர் ஆட்சியாளராக அவரது அந்தஸ்தையும் எடுத்துக்காட்டியது. அவரது ஆடைகள் மலர் வடிவங்கள், வடிவியல் வடிவங்கள் உள்ளிட்ட சிக்கலான வடிவமைப்புகளைக் கொண்டிருந்தன. அவை பெரும்பாலும் தங்கம் அல்லது வெள்ளி நூலில் இழைக்கப்பட்டன.

தைமூரின் ஆடை தனித்துவமான தலைக்கவசம் மற்றும் அணிகலன்களைக் கொண்டிருந்தது. தாஜ் எனப்படும் உயரமான, கூர்மையான தொப்பியை அவர் அணிந்திருந்தார். இது இப்பகுதியில் பிரபுத்துவத்தின் அடையாளமாக இருந்தது. இந்தத் தலைக்கவசம் சில நேரங்களில் விலையுயர்ந்த ரத்தினக் கற்கள், உலோகங்களால் அலங்கரிக்கப்பட்டிருந்தது. பல்வேறு ஆபரணங்களால் அவர் தன்னை அலங்கரித்துக் கொண்டார். இது அவரது ராஜ தோற்றத்தை அதிகரித்தது.

தைமூர் தனது அலங்கரிக்கப்பட்ட ஆடைகளைத் தவிர, போர்க்களத்தில் வலிமையான கவசத்தையும் அணிந்திருந்தார். அவரது கவசத்தில் உலோகத் தகடுகள் பொருத்தப்பட்டிருந்தன. அவை பாதுகாப்பை அளித்தன. குறிப்பாக அவரது தலைக்கவசம், வடிவம், செயல்பாடு இரண்டையும் இணைத்துச் சிக்கலான வடிவமைப்புகளால் அலங்கரிக்கப்பட்டிருந்தது.

தைமூரின் ஆட்சி பாரசீகக் கலாசாரத்தால் பாதிக்கப்பட்டது. இந்தச் செல்வாக்கு அவரது ஆடை பழக்கவழக்கங்களுக்கும் பரவியது. பாரசீகப் பாணி உடைகள், தலைப்பாகைகள், அணிகலன்கள் அவரது அலமாரியில் ஒருங்கிணைக்கப்பட்டன. இஸ்லாமிய நம்பிக்கையும் அவரது ஆடையில் ஒரு பங்கைக் கொண்டிருந்தது. இது அவரது சில ஆடைகளின் வடிவத்திலும், வண்ணங்களிலும் தாக்கத்தை ஏற்படுத்தியது.

தைமூரின் ஆடைப் பழக்கவழக்கங்கள் அவரது காலத்தின் செழுமையையும், நுணுக்கத்தையும் குறிக்கின்றன. அவரது ஆடைத் தேர்வுகள் அவரது தனிப்பட்ட ரசனையை மட்டுமல்ல,

ஒரு சக்திவாய்ந்த ஆட்சியாளர் என்ற அவரது அந்தஸ்தையும் பிரதிபலித்தன. நேர்த்தியான துணிகள், துடிப்பான வண்ணங்கள், சிக்கலான வடிவமைப்புகள், குறியீட்டுத் தலைக்கவசம் ஆகியவற்றின் பயன்பாடு அனைத்தும் அவரது கம்பீரமான இருப்புக்குப் பங்களித்தன.

தைமூரின் உடையைப் புரிந்துகொள்வது அவரது வாழ்க்கையில் கலாசாரத் தாக்கங்களின் கலவையையும், அவரது அந்தஸ்தில் உள்ள ஒரு வரலாற்று நபருக்குத் தகவல்தொடர்பு மற்றும் பிரதிநிதித்துவத்திற்கான முக்கியத்துவத்தையும் அளிக்கிறது.

தைமூரின் அன்றாட வாழ்க்கை

தைமூர், 14ம் நூற்றாண்டின் புகழ்பெற்ற வெற்றியாளர் ஆவார். அவரது ராணுவ படையெடுப்புகள், வெற்றிகள், பேரரசின் உருவாக்கம் ஆகியவை பரவலாகக் கொண்டாடப்படுகின்றன. இருப்பினும், அவரது அன்றாட வாழ்க்கையைப் புரிந்துகொள்வது வெற்றிகளுக்குப் பின்னால் உள்ள மனிதனைப் பற்றிய மிகவும் நெருக்கமான பார்வையை வழங்குகிறது.

தைமூர் ஒழுக்கமான வாழ்க்கை முறைக்குப் பெயர் பெற்றவர். அவரது நாள் பெரும்பாலும் விடியற்காலையில் தொடங்கியது. கண்விழித்தவுடன் குதிரையேற்றம், வில்வித்தை, மல்யுத்தம் உள்ளிட்ட உடல் பயிற்சிகளில் ஈடுபட்டார். இந்த நடவடிக்கைகள் அவரது உடல் தகுதியைப் பராமரிக்க உதவியது மட்டுமல்லாமல், அவரது ராணுவத் திறன்களையும் கூர்மைப்படுத்தியது.

ஓர் ஆட்சியாளராக, தைமூரின் காலைகள் பெரும்பாலும் அரசு நிர்வாகம், ராணுவ விஷயங்களுக்கு அர்ப்பணிக்கப்பட்டன. அவர் ஆலோசகர்கள், தளபதிகள், அதிகாரிகளைச் சந்தித்து ஆட்சி, ராணுவ உத்திகள், அரசு விவகாரங்கள் குறித்து விவாதித்தார். தைமூரின் ராணுவப் படையெடுப்புகளுக்குத் துல்லியமான திட்டமிடல் மற்றும் ஒருங்கிணைப்பு தேவைப்பட்டது. இந்தக் காலைக் கூட்டங்கள் அவரது பேரரசின் சுமூகமான செயல்பாட்டை உறுதி செய்தது.

முன்னர் விவாதிக்கப்பட்டபடி மத்திய ஆசிய உணவு வகைகள் அவரது உணவில் முக்கியப் பங்கு வகித்தன. அவர் இறைச்சி உணவுகள், பால் பொருட்கள், ரொட்டி தானியங்கள் ஆகியவற்றை விரும்பினார். உணவுகள் வகுப்புவாத விவகாரங்களாக இருந்தன. பெரும்பாலும் அவரது பரிவாரங்களுடனும், குடும்ப உறுப்பினர்களுடன் பகிர்ந்து கொள்ளப்பட்ட பலவிதமான உணவுகளைக் கொண்டிருந்தன.

தைமூர் தனது போர்களில் ஆர்வமாக இருந்தபோதிலும், கலாசாரம், கலை, கற்றல் மீது ஆழ்ந்த மதிப்பைக் கொண்டிருந்தார். அறிஞர்களையும், கவிஞர்களையும், கலைஞர்களையும் ஆதரித்தார். தத்துவம் குறித்த விவாதங்கள், கவிதை வாசிப்புகள், அவரது அரசவைக்கு அவ்வப்போது வரும் அறிஞர்கள், கவிஞர்களுடன் கருத்துப் பரிமாற்றம் உள்ளிட்ட அறிவுசார் தேடல்களுக்கு மதிய நேரங்கள் அர்ப்பணிக்கப்பட்டன.

தைமூர் ஒரு பக்தியுள்ள முஸ்லிமாக இருந்தார். மத அனுசரிப்பு அவரது அன்றாட வாழ்க்கையின் இன்றியமையாத பகுதியாக இருந்தது. இஸ்லாமியப் பாரம்பரியத்தின்படி ஐந்து தினசரி தொழுகைகளை அவர் கடைப்பிடித்தார். மதத் தலைவர்கள், மத நிறுவனங்களுக்கு மிகுந்த மரியாதை செலுத்தினார். இசுலாமியப் புலமைக்கான அவரது பக்தியும், ஆதரவும் மதக் கட்டிடங்களையும், அறிஞர்களையும் ஆதரித்ததில் வெளிப்பட்டது.

மாலை நேரங்களில், தைமூர் பெரும்பாலும் அன்றைய நடவடிக்கைகளில் இருந்து ஓய்வெடுக்கிறார். அவர் கதைசொல்லல், இசை மற்றும் தனது மனைவிகள், துணைவியர்களின் சகவாசத்தை அனுபவித்தார். இசை நிகழ்ச்சிகள், கவிதை வாசிப்பு உள்ளிட்ட பொழுதுபோக்கு அவரது இல்லற வாழ்க்கையின் பொதுவான அம்சமாக இருந்தது.

தைமூரின் தூக்க ஏற்பாடுகள் ஆடம்பரமாகவும், அவர் அந்தஸ்தில் உள்ள ஆட்சியாளருக்கு ஏற்றதாகவும் இருந்தன. நுணுக்கமான, ஆடம்பரமான அலங்காரங்களால் அலங்கரிக்கப்பட்ட ஆடம்பரமான கூடாரங்கள், அரண்மனைகளை அவர் விரும்பினார். அவரது ராணுவப் படையெடுப்புகளின் போதும், பயணங்களின் போதும் இந்தத் தங்குமிடங்கள் ஓய்வோடு, பாதுகாப்பையும் அளித்தன.

தைமூரின் அன்றாட வாழ்க்கை முறை ராணுவம், நிர்வாகக் கடமைகள், கலாசாரத் தேடல்கள், மத அனுசரிப்பு, தனிப்பட்ட ஓய்வு ஆகியவற்றின் கலவையாக இருந்தது. அவரது ஒழுக்கமான நடைமுறை, உடற்தகுதிக்கான அர்ப்பணிப்பு, கலாசாரம், அறிவுசார் தேடல்களில் அர்ப்பணிப்பு ஆகியவை ஒரு வெற்றியாளரின் பிம்பத்திற்கு அப்பால் உள்ள ஒரு பன்முக ஆளுமையை வெளிப்படுத்துகின்றன. அவரது அன்றாட வாழ்க்கையின் நுணுக்கங்களைப் புரிந்துகொள்வது அவரது பாத்திரத்தின் சிக்கல்களையும், வரலாற்றில் ஒரு கொந்தளிப்பான காலகட்டத்தில் ஓர் ஆட்சியாளராக அவரது ஆளுமையின் கோரிக்கைகளையும் புரிந்துகொள்ள உதவுகிறது.

3

ஒரு தலைவராக மாறுவதற்கான தைமூரின் தேடல்

தைமூர், எளிமையான தொடக்கத்திலிருந்து 14ம் நூற்றாண்டின் மிகவும் வலிமையான தலைவர்களில் ஒருவராக உயர்ந்த வரலாற்று நபர் ஆவார். தனிப்பட்ட லட்சியம், கலாசாரத் தாக்கங்கள், அவர் வாழ்ந்த கொந்தளிப்பான காலங்கள் ஆகியவற்றின் கலவையிலிருந்து அவரது இடைவிடாத தலைமைத்துவத் தேடல் உருவானது.

தைமூர் பொ.யு.1336ம் ஆண்டில் மத்திய ஆசியாவில் உள்ள பர்லாஸ் பழங்குடிகளில் பிறந்தார். இது அரசியல் ஸ்திரமின்மை, பழங்குடி மோதல்கள், வெளிப்புறப் படையெடுப்பின் தொடர்ச்சியான அச்சுறுத்தல் ஆகியவற்றால் பாதிக்கப்பட்ட பிராந்தியமாகும். பழங்குடிகளுக்குள் அவரது குடும்பத்தின் அடக்கமான அந்தஸ்தும், இந்தக் கொந்தளிப்பான சூழலில் வாழ்க்கையின் கடுமையான யதார்த்தங்களும் அவரது சூழ்நிலைகளிலிருந்து உயர அவருக்கு வலுவான உந்துதலை அளித்தன.

சிறு வயதிலிருந்தே, தைமூர் அதிகாரம் மற்றும் தலைமைத்துவத்திற்கான லட்சியத்தை வெளிப்படுத்தினார். அவரது இளமை வாழ்க்கையில் அவர் திருப்தியடையவில்லை. தனது சமூக அந்தஸ்தை மேம்படுத்தவும், தனக்கும் தனது குடும்பத்திற்கும் ஒரு சிறந்த வாழ்க்கையை வழங்கவும் அவர் ஆசைப்பட்டார்.

மத்திய ஆசியக் கலாசாரம், அதன் வலுவான போர் நெறிமுறைகள், நாடோடி தலைமையின் பாரம்பரியம் ஆகியவை தைமூரின் விருப்பங்களை வடிவமைப்பதில் குறிப்பிடத்தக்கப் பங்கு வகித்தது. இப்பகுதியின்

வரலாறு பழங்குடிகளை ஒன்றிணைத்து வெற்றி கண்டு, தலைமையின் மூலம் தங்கள் அதிகாரத்தை நிறுவிய வசீகரமான தலைவர்களின் எழுச்சியால் குறிக்கப்பட்டது. தைமூர் இந்த வரலாற்று நபர்களால் ஈர்க்கப்பட்டு அவர்களின் வெற்றிகளைப் பின்பற்ற முயன்றார்.

தைமூரின் காலத்தில் மத்திய ஆசியாவின் கொந்தளிப்பான அரசியல் நிலப்பரப்பு லட்சியமான, ராணுவத் திறன் கொண்ட நபர்களுக்கு வாய்ப்புகளை வழங்கியது. உள்ளூர்ப் பழங்குடிகள் மற்றும் பிரபுக்களிடையே அடிக்கடி நடந்த அதிகார மோதல்கள் தைமூர் அணிகளின் வழியாக உயர்ந்து தன்னை ஒரு தலைவராக நிலைநிறுத்துவதற்கு உகந்த சூழலை உருவாக்கியது.

தைமூரின் தலைவராக வேண்டும் என்ற ஆசை ஒரு சிறிய பழங்குடி அல்லது பிரதேசத்தை ஆட்சி செய்வதோடு நின்றுவிடவில்லை. தன் தலைமையில் ஒரு பரந்த சாம்ராஜ்ஜியத்தை உருவாக்கினார். அறியப்பட்ட உலகின் கணிசமான பகுதியை வென்று ஒன்றிணைப்பது வரை அவரது லட்சியம் விரிவடைந்தது. இறுதியில் அவர் தனது ராணுவப் படையெடுப்புகள் மூலம் அதை அடைந்தார்.

தைமூர் தனது வாழ்நாள் முழுவதும் மரபு கட்டுமானத்தின் முக்கியத்துவத்தை நன்கு அறிந்திருந்தார். அதிகாரத்தைப் பெறுவது மட்டுமல்லாமல், அவரது பெயரும் சாதனைகளும் வரும் தலைமுறைகளுக்கு நினைவில் இருப்பதை உறுதி செய்ய முயன்றார். ஒரு நீடித்த பாரம்பரியத்திற்கான விருப்பம் அவரை தனது வெற்றிகளை விரிவுபடுத்தவும் ஒரு சக்திவாய்ந்த பேரரசை நிறுவவும் தூண்டியது.

ஒரு தலைவராக வேண்டும் என்ற தைமூரின் விருப்பம் தனிப்பட்ட லட்சியம், கலாசாரத் தாக்கங்கள், அவர் வாழ்ந்த கொந்தளிப்பான காலங்கள் வழங்கிய வாய்ப்புகளின் சிக்கலான இடைவினையாகும். ஓர் எளிய பின்னணியிலிருந்து வரலாற்றின் மிகவும் செல்வாக்கு மிக்க வெற்றியாளர்களில் ஒருவராக மாறிய அவரது பயணம் லட்சியம் மற்றும் உறுதியின் குறிப்பிடத்தக்கச் சக்தியை அடிக்கோடிட்டுக் காட்டுகிறது. ஒரு தலைவராகத் தைமூரின் பாரம்பரியம், அவரது அசைக்க முடியாத உணர்வு ஆகியவை தலைமைத்துவம் மற்றும் அதிகாரத்தைத் தேடுவதற்குப் பின்னால் உள்ள உந்துதல்களைப் புரிந்துகொள்ள விரும்பும் நபர்களைத் தொடர்ந்து கவர்ந்திழுத்து ஊக்குவிக்கின்றன.

தைமூரின் லட்சியங்களும் ஆசைகளும்

அவரது லட்சியங்கள், ஆசைகள் அவரது வாழ்க்கையின் போக்கை மாற்றி அவரை ஒரு சிக்கலான நபராக வடிவமைத்தது. தைமூர்

உலகத்திலிருந்து எதைத் தேடினார் என்பதைப் புரிந்துகொள்ள, அவரது தனிப்பட்ட விருப்பங்கள், அவரது காலத்தின் வரலாற்றுப் பின்னணி, அவரது வெற்றிகளின் நுணுக்கங்கள் போன்றவற்றை ஆராய வேண்டும்.

தைமூர் அதிகாரத்திற்கான, புகழுக்கான தணியாத ஆசையைக் கொண்டிருந்தார். அவர் அங்கீகாரம், மரியாதை, நீடித்த பாரம்பரியத்தை விரும்பினார். பர்லாஸ் பழங்குடிகளுக்குள் எளிமையான தொடக்கத்தில் பிறந்த அவர், தனது ஆரம்பக்கால வாழ்க்கையின் வரம்புகளுக்கு அப்பாற்பட்ட சமூக அந்தஸ்து, செல்வாக்கு மற்றும் செல்வத்திற்காக ஏங்கினார். தனது சூழ்நிலைகளிலிருந்து மீண்டு வரலாற்றில் ஒரு முக்கிய இடத்தைப் பெற வேண்டும் என்ற அவரது விருப்பம் அவரது வாழ்நாள் முழுவதும் ஓர் உந்து சக்தியாக இருந்தது.

தைமூரின் முதன்மையான நோக்கங்களில் ஒன்று அவரது ஆட்சியின் கீழ் ஒரு பரந்த பேரரசை நிறுவுவதாகும். மத்திய ஆசியா முதல் மத்தியக் கிழக்கு வரையிலும், அதற்கு அப்பாலும் பரந்து விரிந்த ஒரு சாம்ராஜ்ஜியத்தை அவர் கற்பனை செய்தார். அவரது வெற்றிகள் ஒரே பதாகையின் கீழ்ப் பிரதேசங்களை வென்று ஒன்றிணைக்க வேண்டியதன் அவசியத்தால் உருவாகின. ஒட்டோமான் பேரரசு போன்ற அவரது காலத்தின் பெரிய பேரரசுகளுக்குப் போட்டியாக ஒரு வலிமையான சக்தியை உருவாக்கியது.

தைமூரின் அங்கீகாரத்திற்கான தேவை பிராந்திய வெற்றிகளுக்கு அப்பால் விரிவடைந்தது. அவர் ஒரு சிறந்த தலைவராகவும், வெற்றியாளராகவும் அங்கீகரிக்கப்பட முயன்றார். அவரது காலத்தின் வரலாற்று நபர்கள், கலாசாரத் தாக்கங்களால் தூண்டப்பட்ட அவரது ஆசை, அங்கீகாரம் மற்றும் பாரம்பரியத்தை உறுதிப்படுத்துவதோடு மட்டுமல்லாமல், தனது தலைமையை உறுதிப்படுத்தும் என்று அவர் நம்பினார்.

தைமூரின் வெற்றிகள் செல்வம் மற்றும் வளங்களின் தேவையால் உந்தப்பட்டன. அவரது சாம்ராஜ்ஜியக் கட்டுமானத்திற்கு ராணுவங்களைப் பராமரிக்கவும், உள்கட்டமைப்பை ஆதரிக்கவும், அவரது ஆடம்பரமான வாழ்க்கைக்கு நிதியளிக்கவும் பரந்த வளங்கள் தேவைப்பட்டன. படையெடுப்புகள் மூலம் திரட்டப்பட்ட செல்வம் அவரது ராணுவப் படையெடுப்புகளுக்கு நிதியளிக்கவும், வளர்ந்து வரும் தனது சாம்ராஜ்யத்தை விரிவாக்கம் அனுமதித்தது.

அதிகாரமும், வெற்றியும் குறிப்பிடத்தக்க உந்துதல்களாக இருந்தபோதிலும், தைமூருக்கு ஆழ்ந்த மத பக்தி உணர்வும்

இருந்தது. அவர் தனது ஆட்சிக்கான தெய்வீக ஆணையை நம்பினார். தனது வெற்றிகளை இஸ்லாத்தைப் பரப்புவதற்கும், மத அதிகாரத்தை நிறுவுவதற்கும் ஒரு வழிமுறையாகக் கண்டார். இந்த ஆன்மிகத் தேவை புனிதப் போர்களை நடத்தவும், இஸ்லாமியக் கலாசாரம் மற்றும் புலமையை மேம்படுத்தவும் அவரைத் தூண்டியது.

வாழ்க்கையின், அதிகாரத்தின் நிலையற்ற தன்மையைத் தைமூர் நன்கு அறிந்திருந்தார். அவர் தனது காலத்திற்கு அப்பால் நிலைத்திருக்கக்கூடிய ஒரு நீடித்த பாரம்பரியத்தை விட்டுச் செல்ல முயன்றார். பெரிய மசூதிகள், கல்லறைகள் கட்டுதல் போன்ற அவரது கட்டிடக்கலை திட்டங்கள், அவரது மகத்துவத்தின், பக்தியின் நீடித்த சின்னங்களை உருவாக்க வேண்டியதன் அவசியத்தால் உந்தப்பட்டன.

தைமூரின் விருப்பங்களும் தேவைகளும் பன்முகத் தன்மை கொண்டவை, அவை தனிப்பட்ட லட்சியம், அதிகாரத்தைத் தேடுதல், அங்கீகாரம், செல்வம், மத பக்தி, பாரம்பரியத்திற்கான தேடல் ஆகியவற்றை உள்ளடக்கியது. அவரது நடவடிக்கைகளும், வெற்றிகளும் இந்த உந்துதல்களின் பிரதிபலிப்பாக இருந்தன. அவை மத்திய ஆசியா, மத்தியக் கிழக்கு வரலாற்றில் அழிக்க முடியாத அடையாளத்தை விட்டுச் சென்றன. தைமூரின் பாரம்பரியம் மனித ஆசைகளின் சிக்கலான இடைவினை மற்றும் ஒரு தனிநபரின் விருப்பங்களின் தாக்கத்திற்கு ஒரு சான்றாகும்.

தைமூரின் நற்பண்புகள்

ஒரு வலிமையான வெற்றியாளர் என்ற தைமூரின் நற்பெயருக்குக் கீழே, அவரது தலைமைக்குப் பங்களித்த பல நேர்மறையான பண்புகள் மற்றும் நற்பண்புகள் இருந்தன. அவை வரலாற்றில் அவர் விட்டுச் சென்ற நீடித்த தாக்கத்தையும் கொண்டிருந்தன. இங்குத் தைமூரின் பாராட்டத்தக்கச் சில பண்புகளைப் பற்றி ஆராய்வோம்.

தைமூரின் மிக முக்கியமான நற்பண்புகளில் ஒன்று அவரது அசாதாரணத் தலைமைத்துவம் மற்றும் புத்திசாலித்தனம். தன்னைப் பின்பற்றுபவர்களிடையே விசுவாசத்தையும், பக்தியையும் தூண்டும் உள்ளார்ந்த திறனைக் கொண்டிருந்தார். அவரது ராணுவப் படையெடுப்புகள் துல்லியமான திட்டமிடலாலும், புதுமையான தந்திரங்களாலும் அமைக்கப்பட்டன. இது பலம் வாய்ந்த எதிரிகளுடன் போரிட்டுக் குறிப்பிடத்தக்க வெற்றிகளை அடைய அவருக்கு உதவியது.

தைமூரின் வாழ்க்கை அவரது அசைக்க முடியாத உறுதிக்கும், விடாமுயற்சிக்கும் ஒரு சான்றாகும். சாதாரணமான பின்னணியில் பிறந்திருந்தாலும், அதிகாரத்தையும், மேன்மையையும் தேடுவதில் அவர் ஒருபோதும் தளரவில்லை. போரில் ஏற்பட்ட காயங்கள், அவரது ஆரம்பக்கால வாழ்க்கையின் பின்னடைவுகள் உள்ளிட்ட துன்பங்களிலிருந்து மீண்டது அவரது தளராத மனப்பான்மையை வெளிப்படுத்தியது.

தைமூர் கலாசாரத்திலும், புலமையின் மீதும் ஆழ்ந்த அபிமானம் கொண்டிருந்தார். இவர் தனது ஆட்சிக் காலத்தில் கலை, இலக்கியம், அறிவியலின் புரவலராக இருந்தார். அறிஞர்கள், கவிஞர்கள், கலைஞர்கள் போன்றோர் அவரது ஆதரவைப் பெற்றதால், அவரது அரசவை அறிவார்ந்த செயல்பாட்டின் மையமாக இருந்தது. தைமூரின் ஆதரவு தைமூரிய மறுமலர்ச்சியின் செழிப்புக்குப் பங்களித்தது. அவர் வென்ற பகுதிகளில் நீடித்த கலாசாரப் பாரம்பரியத்தை விட்டுச் சென்றது.

தைமூர் ஒரு பக்தியுள்ள முஸ்லிமாக இருந்தபோதிலும், அவர் தனது காலத்தில் வியக்கத்தக்க அளவு மத சகிப்புத்தன்மையை வெளிப்படுத்தினார். அவர் தனது பேரரசில் மத சுதந்திரத்தை அனுமதித்தார். பல்வேறு மதங்களின் நடைமுறையை அனுமதித்தார். ஆட்சி குறித்த அவரது அணுகுமுறை மத நல்லிணக்கத்தின் முக்கியத்துவத்தை வலியுறுத்தியது. இது அவரது களங்களுக்குள் ஒரு பன்முகச் சமூகத்தை எளிதாக்கியது.

தைமூரின் நிர்வாகம் அவரது நடைமுறைத் தன்மையையும், திறமையான நிர்வாகத்திற்கான விருப்பத்தையும் பிரதிபலித்தது. வரிவிதிப்பை முறைப்படுத்துதல், உள்கட்டமைப்பை மேம்படுத்துதல், வர்த்தகத்தை ஊக்குவித்தல் ஆகியவற்றை நோக்கமாகக் கொண்ட நிர்வாகச் சீர்திருத்தங்களை அவர் அறிமுகப்படுத்தினார். இந்த நடவடிக்கைகள் அவரது பேரரசின் ஸ்திரத்தன்மைக்கும், செழிப்புக்கும் பங்களித்தன.

மசூதிகள், கல்லறைகள், பொதுக் கட்டிடங்கள் உள்ளிட்ட பிரமாண்டமான கட்டிடக்கலை நினைவுச்சின்னங்களை உருவாக்குவதில் தைமூர் முக்கியப் பங்கு வகித்தார். கட்டடக்கலை, நகரத் திட்டமிடல் ஆகியவற்றில் அவரது விருப்பம் அவர் ஆட்சி செய்த நகரங்களில் ஆழமான முத்திரையைப் பதித்தது. சமர்கந்த் கலாசார மற்றும் கட்டிடக்கலை சிறப்பின் மையமாக மாறியது.

தைமூர் வீரமிக்க போர்வீரனாக என்று வர்ணிக்கப்பட்டார். அவரால் சிறை பிடிக்கப்பட்டவர்களையும், போர்க்கைதிகளையும் மனிதாபிமானத்துடன் நடத்துவதை வலியுறுத்தும் நடத்தை

விதிகளை அவர் கடைப்பிடித்தார். வீரத்தின் இந்தப் புகழ் அவரது எதிரிகளிடமிருந்து கூட மரியாதையைப் பெற்றுத் தந்தது. தைமூரின் பாரம்பரியம் அவரது ராணுவ வெற்றிகள் மற்றும் சாம்ராஜ்ஜியக் கட்டுமானத்துடன் நின்றுவிடவில்லை. ஒரு தலைவராக அவரை வேறுபடுத்தும் பலவிதமான நேர்மறையான குணங்கள் நற்பண்புகளும் இதில் அடங்கும்.

அவரதுதலைமைத்துவம்,உறுதி,பண்பாட்டு ஆதரவு,மதசகிப்புத்தன்மை, நிர்வாகச் சீர்திருத்தங்கள், நகர்ப்புற மேம்பாடு, வீரமான நடத்தை ஆகியவற்றைக் கொண்ட, வரலாற்றாசிரியர்களாலும், அறிஞர்களாலும் தொடர்ந்து பாராட்டப்பட்ட பண்புகளால் உருவானது. அவரது பாரம்பரியம் விவாதத்திற்கும் சர்ச்சைக்கும் உட்பட்டது என்றாலும், இவரின் பன்முகத் தன்மையை அங்கீகரிப்பதும், பாராட்டுவதும் அவசியம். இதில் வரலாற்றில் அவரது நீடித்த தாக்கத்திற்குப் பங்களித்த நேர்மறையான குணங்களும் அடங்கும்.

தைமூரின் எதிர்மறைக் குணங்கள்

தைமூரது பாரம்பரியம் பாராட்டு, கண்டனம் ஆகிய இரண்டாலும் வகைப்படுத்தப்படுகிறது. அவரது ராணுவ வெற்றிகள் மற்றும் கலாசார ஆதரவுக்காக அவர் கொண்டாடப்பட்டாலும், அவர் பல எதிர்மறை குணங்களுக்காவும், செயல்களுக்காகவும் விமர்சிக்கப்படுகிறார்.

தைமூரின் ராணுவப் படையெடுப்புகள் பெரும்பாலும் அதீதக் காட்டுமிராண்டித்தனத்தால் குறிக்கப்பட்டன. பிடிபட்ட எதிரிகளை ஈவிரக்கமின்றி நடத்துவதற்கும், பொதுமக்களை வேண்டுமென்றே குறிவைப்பதற்கும் அவர் அறியப்பட்டார். பொ.யு.1398ம் ஆண்டில் டெல்லி படையெடுப்புகளின் போது அவரது படைகள் செய்த நகரங்களின் அழிப்பு, பாரிய படுகொலைகள் மற்றும் காட்டுமிராண்டித்தனமான செயல்கள் அவரது பாரம்பரியத்தின் மீது ஓர் இருண்ட நிழலை ஏற்படுத்தின.

பாரசீகத்தில் தைமூர் ஆடிய வெறியாட்டங்கள் பதைபதைப்பை உண்டாக்குபவை. தைமூர் விதித்த வரிகளை பாரசீக மக்கள் ஏற்க மறுத்தனர். இதனால் கோபமான தைமூர் அவர்களைக் கொன்று குவிக்க உத்தரவிட்டார். இப்படிக் கொல்லப்பட்டவர்களின் எண்ணிக்கை ஒரு லட்சத்துக்கும் மேல் இருக்கலாம். இந்தப் படுகொலைகளை நேரில் கண்ட ஒருவர், 1500 தலைகள் கொண்ட கோபுரங்கள் 28 உருவாக்கப்பட்டன என்றார்.

1398ல் சிந்து ஆற்றைக் கடந்து வட இந்தியா மீது தைமூர் படையெடுத்தார். தைமூரை எதிர்த்துப் போரிட்ட இந்தியப்

படைவீரர்கள் அனைவரும் கொல்லப்பட்டனர். தில்லி நோக்கி தைமூர் சென்ற போது, அவரை ஜாட் விவசாயிகள் எதிர்த்தனர். 2,000 ஜாட்களைக் கொன்றுவிட்டு முன்னேறினார் தைமூர்.

பாக்தாத் மீது தைமூர் படையெடுத்தபோது அங்கே 20,000 மக்களைப் படுகொலை செய்தார். ஒவ்வொரு வீரனும் குறைந்தது இரண்டு தலைகளையாவது தன்னிடம் காண்பிக்கவேண்டும் என்று தைமூர் கூறியதால், சில வீரர்கள் தங்களுக்குக் கொல்ல ஆள் கிடைக்காதபோது, முன்பு கைது செய்யப்பட்ட வீர்ர்களையும் அவர்களது மனைவிகளையும் கொன்று கணக்குக் காண்பித்தனர். இத்தகைய கொடூரமான செயல்களைச் செய்ய தைமூர் தயங்கவே இல்லை.

தைமூர் பயங்கரவாதத்தை உளவியல் போர் உத்தியாகப் பயன்படுத்தினார். தனது எதிரிகளிடம் பயத்தை ஏற்படுத்துவது விரைவான சரணடைதலுக்கும், குறைவான எதிர்ப்புகளுக்கும் வழிவகுக்கும் என்று அவர் நம்பினார். கொடுமைக்கான, காட்டுமிராண்டித்தனத்திற்கான அவரது பெயர் அவரது ராணுவ வெற்றிக்குப் பங்களித்தது. அவருக்கு அவப்பெயரையும் சம்பாதித்தது.

ஒரு பரந்த சாம்ராஜ்யத்தை உருவாக்கி வரலாற்றில் தனது இடத்தைப் பெற வேண்டும் என்ற தைமூரின் லட்சியத்திற்கு எல்லையே இல்லை. இந்த லட்சியம் அவரை விரிவாக்கக் கொள்கைகளைப் பின்பற்றவும், வெற்றிகளில் ஈடுபடவும் வழிவகுத்தது. இதன் விளைவாகப் பெரும் துன்பமும், உயிர் இழப்புகளும் ஏற்பட்டன. அவரது இடைவிடாத அதிகார வேட்கையும், வெற்றியும் மனிதாபிமானக் கருத்துகளை மறைத்தன.

தோற்கடிக்கப்பட்ட எதிரிகளை தைமூர் நடத்திய விதம் பெரும்பாலும் கொடூரமாகவும் இரக்கமற்றதாகவும் இருந்தது. பொ.யு.1402ம் ஆண்டில் அங்காரா போருக்குப் பின்னர் சுல்தான் முதலாம் பயேசித்தின் தலை துண்டிப்பு உட்படக் கைப்பற்றப்பட்ட ஆட்சியாளர்களையும், தலைவர்களையும் தூக்கிலிட அவர் உத்தரவிட்டார். இத்தகைய நடவடிக்கைகள் அவரது நற்பெயருக்குக் களங்கம் விளைவித்ததோடு, அவரது எதிரிகள் மத்தியில் பெரும் அச்சத்தை ஏற்படுத்தியது.

அவரது கால ஆட்சியாளர்களுக்குப் பிராந்திய விரிவாக்கம் ஒரு பொதுவான குறிக்கோளாக இருந்தபோதிலும், தைமூரின் வெற்றிகள் நிலம் மற்றும் செல்வத்தின் மீதான கண்மூடித்தனமான ஆசையால் தூண்டப்பட்டன. அவரது படையெடுப்புகள்

முழுப் பிராந்தியங்களையும் அழித்தன. எண்ணற்ற மக்கள் இடம்பெயர்ந்தனர்.

தைமூர் இரும்புக்கரம் கொண்டு ஆட்சி செய்தார். அவரது தலைமைப் பாணி சர்வாதிகாரமாக இருந்தது. மாற்றுக்கருத்து சகித்துக் கொள்ளப்படவில்லை. அவரது நிர்வாகம் கட்டுப்பாட்டைப் பராமரிக்கக் கடுமையான நடவடிக்கைகளை மேற்கொண்டது. அவரது ஆட்சி அரசியல் சுதந்திரம் இல்லாமை மற்றும் வரையறுக்கப்பட்ட சிவில் சுதந்திரங்களால் வகைப்படுத்தப்பட்டது.

தைமூரின் வெற்றிகளும், அவர் கட்டியெழுப்பிய பரந்த சாம்ராஜ்யமும் பெரும்பாலும் அவரது சந்ததியினரிடையே உள்நாட்டு மோதல்களையும், வாரிசு பூசல்களையும் வளர்த்தன. அவரது மரணத்திற்குப் பின்னர் ஏற்பட்ட அதிகாரப் போராட்டங்கள் அவர் வென்ற பகுதிகளில் நிலையற்ற தன்மை மற்றும் மோதல்களுக்கு வழிவகுத்தன. தைமூர் அவரது தலைமைத்துவம், கலாசார ஆதரவின் சில அம்சங்களுக்காகப் பாராட்டப்பட்டாலும், அவரது பாரம்பரியத்தைச் சீர்குலைக்கும் எதிர்மறை குணங்கள், செயல்களைக் குறிப்பிடுவது முக்கியம்.

போரில் அவரது இரக்கமற்ற தன்மை, பயங்கரவாதத்தை ஒரு தந்திரமாகப் பயன்படுத்துதல், எந்த விலை கொடுத்தாவது லட்சியத்தை அடைவது, எதிரிகளை கீழ்த்தரமாக நடத்துதல், பிராந்திய விரிவாக்கம், சர்வாதிகார ஆட்சி, ஸ்திரமின்மையின் பாரம்பரியம் ஆகியவை அவரது ஆட்சியின் பண்புகளாகும். அவை தொடர்ந்து விமர்சனங்களையும், சர்ச்சைகளையும் உருவாக்கின.

4

ஒரு வெற்றியாளரின் எழுச்சியும் ஆட்சியும்

தைமூரின் அரசியல் வாழ்க்கையைப் பற்றியும் அவர் அதிகாரத்திற்கு உயர்ந்தது, அவரது ஆட்சி, அவரது ஆட்சியின் பாரம்பரியம் ஆகியவற்றைக் குறித்தும் ஆராய்வோம்.

தைமூரின் அரசியல் வாழ்க்கை மத்திய ஆசியாவின் கொந்தளிப்பான பிராந்தியத்தில் தொடங்கியது. அங்கு அவர் பழங்குடியினருக்குள் ஒரு சிறிய பிரபுவாகத் தொடங்கி, பழங்குடிப் போட்டிகள் மற்றும் வெளிப்புற அச்சுறுத்தல்களின் தொடர்ச்சியான சவால்களை எதிர்கொண்டார். ஆட்சி செய்த கானின் மரணத்தைத் தொடர்ந்து சகதாய் கானேட்டின் தலைநகரான சமர்கந்தின் பாதுகாவலராக நியமிக்கப்பட்டதன் மூலம் அவர் அதிகாரத்திற்கு உயர்ந்தார். இந்நிகழ்வு அவரை அதிகாரப் பதவிக்கு உயர்த்தியதுடன், ஓர் அரசியல் தலைவராக உயருவதற்கான களத்தையும் அமைத்தது.

தைமூர் சமர்கந்த் மற்றும் அதைச் சுற்றியுள்ள பகுதிகளில் தனது ஆட்சியை விரைவாக உறுதிப்படுத்தினார். அவரது ஆரம்பக்கால அரசியல் சூழ்ச்சிகளில் பிற உள்ளூர் பிரபுக்களுடன் கூட்டணிகள், எதிர் பிரிவுகளை ஒடுக்குதல் ஆகியவை அடங்கும். அவர் ஒரு சாதுர்யமான நிர்வாகி என்பதை நிரூபித்தார். நகரத்தின் மீது தனது பிடியைப் பெற ராஜதந்திரத்தையும், பலத்தையும் பயன்படுத்தினார்.

தைமூரின் அரசியல் அபிலாஷைகள் சமர்கந்துக்கு அப்பால் நீண்டன. அவர் தனது நிலப்பரப்பையும், செல்வாக்கையும் விரிவுபடுத்துவதை நோக்கமாகக்

கொண்ட தொடர்ச்சியான ராணுவப் பிரசாரங்களைத் தொடங்கினார். இவரது வெற்றிகளில் பாரசீகம், அனடோலியா, காகசஸ், இந்தியா மற்றும் மத்தியக் கிழக்கின் சில பகுதிகள் அடங்கும். இந்தப் படையெடுப்புகள் அவரை ஒரு பெரிய பிராந்தியச் சக்தியாக நிறுவி, தைமூரியப் பேரரசுக்கு அடித்தளமிட்டது.

ஓர் ஆட்சியாளராக,தைமூர் தனது பரந்த சாம்ராஜ்யத்தைத்திறம்பட நிர்வகிக்கப் பல்வேறு சீர்திருத்தங்களைச் செயல்படுத்தினார். கைப்பற்றப்பட்ட பகுதிகளை மேற்பார்வையிட விசுவாசமான ஆளுநர்களை நியமித்தார். மையப்படுத்தப்பட்ட கட்டுப்பாட்டை உறுதி செய்தார். தைமூரின் ஆட்சி எதேச்சதிகாரம் மற்றும் நடைமுறைவாதத்தின் கலவையால் வகைப்படுத்தப்பட்டது. உள்ளூர் ஆட்சியாளர்கள் தனக்கு விசுவாசமாக இருக்கும் வரை, சுயாட்சியைத் தக்க வைத்துக் கொள்ள அவர் அனுமதித்தார்.

தைமூரின் அரசியல் வாழ்க்கை கலாசாரம், கலைகளை ஆதரித்தது. புகழ்பெற்ற ரெஜிஸ்தான் சதுக்கம் உள்ளிட்ட பிரமாண்டமான கட்டடக்கலைத் திட்டங்களுடன் சமர்கந்தை கலாசாரச் சிறப்பின் மையமாக மாற்றினார். இஸ்லாமிய உலகம் முழுவதிலுமிருந்து அறிஞர்கள், கவிஞர்கள், கலைஞர்கள் ஆகியோரை ஈர்க்கும் அறிவுசார் நடவடிக்கைகளின் மையமாக அவரது அரசவை இருந்தது.

தைமூர் ஒரு பக்தியுள்ள முஸ்லிமாக இருந்தார். அவரது அரசியல் வாழ்க்கை அவரது மத நம்பிக்கைகளால் உருவானது. அவர் தன்னை இஸ்லாத்தின் பாதுகாவலராகக் காட்டிக் கொண்டார். நம்பிக்கையைப் பரப்புவதற்கும், தனது மத அங்கீகாரத்தை வலுப்படுத்துவதற்கும் புனிதப் போர்களை நடத்தினார். அதே சமயம் அவர் மத சகிப்புத்தன்மையையும் வெளிப்படுத்தினார். இது அவரது பேரரசிற்குள் மற்ற மதங்களின் நடைமுறையை அனுமதித்தது.

தைமூரின் அரசியல் வாழ்க்கை நீடித்த பாரம்பரியத்தை விட்டுச் சென்றது. பொ.யு.1405ம் ஆண்டில் அவர் இறந்த பின்னர், அவரது பேரரசு அவரது சந்ததியினரிடையேயான உள்நாட்டு மோதல்கள், வாரிசு தகராறுகளை எதிர்கொண்டது. தைமூரிய வம்சம் பல்வேறு வடிவங்களில் தொடர்ந்தது. மத்திய ஆசியா மற்றும் பாரசீகத்தின் சில பகுதிகளில் ஆட்சி செய்தது, பிராந்தியத்தின் கலாசார முன்னேற்றத்திற்கும், அறிவுசார் செழிப்புக்கும் பங்களித்தது.

தைமூரின் அரசியல் வாழ்க்கை லட்சியம், ராணுவ வெற்றிகள், ஆட்சி, கலாசார ஆதரவு ஆகியவற்றால் வகைப்படுத்தப்பட்டது.

ஓர் எளிய பின்னணியிலிருந்து 14ம் நூற்றாண்டில் ஒரு முக்கிய அரசியல் நபராக அவர் உயர்ந்தது அவரது புத்திசாலித்தனத்திற்கும், மன உறுதிக்கும் ஒரு சான்றாகும். அவரது ஆட்சி எதேச்சதிகாரம் மற்றும் ராணுவ ஆக்கிரமிப்பால் குறிக்கப்பட்டாலும், அது கலாசாரம், அறிவுசார் சாதனைகளை வளர்த்தது. அவை தொடர்ந்து கொண்டாடப்படுகின்றன.

தைமூரின் கொள்கைகள்

தைமூரின் கொள்கைகள், ஆட்சி அணுகுமுறை ஆகியவை அவரது ஆட்சி மற்றும் பாரம்பரியத்தை வடிவமைப்பதில் குறிப்பிடத்தக்கப் பங்கு வகித்தது.

தைமூரின் முக்கிய கொள்கைகளில் ஒன்று அதிகாரத்தைக் கைப்பற்றுவதாகும். தன்னையே இறுதி ஆட்சியாளராகக் கொண்டு வலுவான மத்திய அரசாங்கத்தின் கீழ் அதிகாரத்தை ஒருங்கிணைப்பதில் அவர் நம்பிக்கை கொண்டிருந்தார். கைப்பற்றப்பட்ட பகுதிகளை மேற்பார்வையிட விசுவாசமான ஆளுநர்களை நியமித்ததில் இந்தக் கோட்பாடு தெளிவாகத் தெரிந்தது. இது அவரது பரந்த சாம்ராஜ்யத்தின் மீது நேரடிக் கட்டுப்பாட்டை உறுதி செய்தது.

சர்வாதிகார ஆட்சியால் வகைப்படுத்தப்படும் தைமூரின் மையப்படுத்தல் கொள்கை, அனைத்து நாடுகளுக்கும் உலகளவில் பொருந்தாது. இது எதேச்சதிகார அமைப்புகளுடன் மிகவும் இணக்கமாக உள்ளது. பரவலாக்கம் மற்றும் தனிநபர் சுதந்திரங்களை மதிப்பிடும் ஜனநாயகங்கள் அல்லது அமைப்புகளுடன் பொருந்தாது.

ஆட்சி குறித்த தைமூரின் அணுகுமுறை ராணுவத்தின் மீதான அவரது நம்பிக்கையுடன் ஆழமாகப் பிணைக்கப்பட்டிருந்தது. தனது ஆட்சியை வலுப்படுத்தவும், தனது செல்வாக்கை விரிவுபடுத்தவும் பிராந்திய விரிவாக்கத்தை ஒரு வழிமுறையாக அவர் கண்டார். அவரது கொள்கைகளாக ராணுவ வலிமையின் முக்கியத்துவத்தையும், தனது குறிக்கோள்களை அடைய அதனைப் பயன்படுத்துவதையும் வலியுறுத்தின.

ராணுவ வெற்றி கொள்கை, விரிவாக்கவாத விருப்பங்கள் போன்றவை ராணுவவாதத்தின் வரலாற்றைக் கொண்ட நாடுகள் அல்லது பிராந்தியங்களுக்குப் பொருந்தும். இது உலகளாவிய கொள்கை அல்ல. ராஜதந்திரத் தீர்வுகள் மற்றும் சர்வதேச விதிமுறைகளைப் பொருட்படுத்தாமல் ராணுவம் பயன்படுத்தப்பட்டால் மோதல்களுக்கும், ஸ்திரமின்மைக்கும் வழிவகுக்கும்.

தைமூர் தனது தற்காப்பு நடவடிக்கைகளுக்காகப் புகழ் பெற்றிருந்தாலும், கலாசாரம் மற்றும் கலைகளின் ஆதரவாளராக இருந்தார். பண்பாட்டுச் சிறப்பின் முக்கியத்துவத்தையும், அறிவார்ந்த தேடல்களையும் அவர் நம்பினார். இவரது ஆட்சியில் சமர்கந்த் போன்ற நகரங்கள் கல்வியிலும், கலை வெளிப்பாடுகளிலும் செழித்து வளர்ந்தன.

கலாசாரம் மற்றும் அறிவுசார்ந்த வளர்ச்சியை மேம்படுத்துவதில் ஆர்வமுள்ள எந்தவொரு நாட்டிற்கும் அல்லது பிராந்தியத்திற்கும் கலாசார ஆதரவுக்கொள்கையைப்பயன்படுத்தலாம்.இது உள்ளூர்த் திறமைகளை வளர்ப்பதற்கும், கலாசாரப் பாரம்பரியத்தைப் பாதுகாப்பதற்கும், அறிவை மேம்படுத்துவதற்கும் ஊக்குவிக்கிறது.

தைமூரின் கொள்கைகள் அவரது மத பக்தியால் ஈர்க்கப்பட்டன. அவர் தன்னை இஸ்லாத்தின் பாதுகாவலராகக் காட்டிக் கொண்டார். தனது நம்பிக்கையைப் பரப்புவதற்காகப் புனிதப் போர்களை நடத்தினார். இவரது ஆட்சியில் மசூதிகள், மத நிறுவனங்கள் கட்டப்பட்டன.

ஆட்சி மற்றும் அடையாளத்தில் மதம் முக்கியப் பங்கு வகிக்கும் நாடுகள் அல்லது பிராந்தியங்களுக்கு மத பக்தி கொள்கை பொருந்தும். அதேசமயம் பல்வேறு மத சமூகங்களுக்கு இடமளிக்கவும், சமூக நல்லிணக்கத்தை மேம்படுத்தவும் மத சகிப்புத்தன்மையுடன் சமநிலைப்படுத்தப்பட வேண்டும்.

தைமூரின் கொள்கைகள் ஆட்சியிலும் நடைமுறைத் தன்மையை வெளிப்படுத்தின. அவர் அதிகாரத்தை மையப்படுத்தியபோது, உள்ளூர் ஆட்சியாளர்கள் தனக்கு விசுவாசமாக இருக்கும் வரை சுயாட்சியை அனுமதித்தார். அவரது ஆட்சி எதேச்சதிகாரம், நெகிழ்வுத்தன்மை ஆகியவற்றின் கலவையாக இருந்தது.

நடைமுறைவாதக் கோட்பாட்டைப் பல்வேறு நாடுகளிலும், பிராந்தியங்களிலும், பல்வேறு அரசியல், இன மற்றும் கலாசாரச் சவால்களை எதிர்கொள்ளும் நாடுகளில் பயன்படுத்தலாம். இது குறிப்பிட்ட சூழ்நிலைகளுக்கு ஏற்ப நிர்வாகத்திற்கான பொருத்தமான அணுகுமுறைகளை அனுமதிக்கிறது.

தைமூரின் கொள்கைகள், அவரது சொந்த வரலாற்றுப் பின்னணி, விருப்பங்களைப் பிரதிபலிக்கும் அதே வேளையில், ஆட்சிக்கான பலவிதமான படிப்பினைகளையும், பரிசீலனைகளையும் வழங்குகின்றன. அவை எந்த ஒரு நாடு அல்லது பிராந்தியத்திற்கும் உலகளவில் பொருந்தாது. ஏனெனில் அவை ஒரு நாட்டின் தனித்துவமான சூழ்நிலைகள், மதிப்புகள்,

அரசியல் மரபுகளைப் பொறுத்தது. தைமூரின் மரபு நவீனத் தலைவர்களுக்கு ஊக்கமளிக்கும். ஆனால், அதேசமயம் சமகாலச் சூழல்கள், ஜனநாயகம், மனித உரிமைகள் ஆகியவை சர்வதேச விதிமுறைகளின் கொள்கைகளுக்கு ஏற்ப மாற்றியமைக்கப்பட வேண்டும்.

தைமூரின் புதுமையான முயற்சிகள்

தைமூர் ஒரு வலிமையான வெற்றியாளர் மட்டுமல்ல, தனது ஆட்சியின் போது பல புதுமையான கொள்கைகளையும், சீர்திருத்தங்களையும் முன்னெடுத்த தொலைநோக்குப் பார்வை கொண்ட தலைவராகவும் இருந்தார்.

தைமூரின் புதுமையான முன்முயற்சிகளில் ஒன்று மையப்படுத்தப்பட்ட நிர்வாகத்தை நிறுவுவதாகும். தனது பரந்த சாம்ராஜ்ஜியத்தைத் திறம்பட நிர்வகிக்க ஒரு வலுவான, ஒருங்கிணைந்த அரசாங்கத்தின் தேவையை அவர் உணர்ந்தார். இதைச் செயல்படுத்த, கைப்பற்றப்பட்ட பகுதிகளை மேற்பார்வையிட விசுவாசமான ஆளுநர்களை நியமித்தார். இந்த ஆளுநர்கள் வரிகளை வசூலிப்பது, ஒழுங்கைப் பராமரிப்பது, தைமூரின் அதிகாரம் நிலைநிறுத்தப்படுவதை உறுதி செய்வது ஆகியவற்றின் பொறுப்பாக இருந்தனர்.

தைமூரின் ஆளுநர்கள் விசுவாசம் மற்றும் நிர்வாகத் திறன்களின் அடிப்படையில் தேர்ந்தெடுக்கப்பட்டனர். உள்ளூர் விவகாரங்களில் அவர்களுக்குத் தன்னாட்சி உரிமை வழங்கப்பட்டது. ஆனால், இறுதியில் தைமூருக்குப் பொறுப்பாக இருந்தனர். இந்த மையப்படுத்தல் அவரது பேரரசு முழுவதும் திறமையான நிர்வாகத்தை அனுமதித்தது.

தைமூர் மத சகிப்புத்தன்மையின் கொள்கையைச் செயல்படுத்தினார். இது அவரது காலத்தில் ஒப்பீட்டளவில் முற்போக்கானது. அவர் தனது சாம்ராஜ்யத்திற்குள் மத நம்பிக்கைகளின் பன்முகத்தன்மையை அங்கீகரித்தார். இஸ்லாம், கிறிஸ்தவம், பௌத்தம் உள்ளிட்ட பல்வேறு நம்பிக்கைகளின் நடைமுறையை அனுமதித்தார். இக்கொள்கைகள் சமூக நல்லிணக்கத்தை மேம்படுத்தி, மத மோதல்களைக் குறைத்தது.

தைமூர் சிறுபான்மையினரின் உரிமைகளைப் பாதுகாக்கும் ஆணைகளை வெளியிட்டார், வெவ்வேறு மதங்களுக்கு மதக் கட்டடங்கள் கட்டுவதை ஆதரித்தார். மத விவகாரங்களை மேற்பார்வையிடப் பொறுப்பான அதிகாரிகளை நியமித்தார்.

தைமூரின் மத சகிப்புத்தன்மை அவரது சாம்ராஜ்யத்திற்குள் பல்வேறு மத சமூகங்களின் அமைதியான வாழ்வுக்குப் பங்களித்தது.

தைமூர் கலை மற்றும் கட்டடக்கலையின் புரவலராக இருந்தார். அவர் தனது கலாசாரச் சாதனைகளை வெளிப்படுத்தப் பிரமாண்டமான கட்டுமானத் திட்டங்களைத் தொடங்கினார். மிகவும் பிரபலமான எடுத்துக்காட்டுகளில் ஒன்று சமர்கந்தில் உள்ள ரெகிஸ்தான் சதுக்கமாகும். இது பிரமிக்க வைக்கும் மதரஸாக்கள் மற்றும் மசூதிகளைக் கொண்டுள்ளது.

தைமூர் இந்தத் திட்டங்களில் பணியாற்றத் திறமையான கட்டிடக் கலைஞர்கள், கைவினைஞர்களை நியமித்தார். கட்டடக்கலை அற்புதங்களை உருவாக்கத் தேவையான வளங்களையும், பொருட்களையும் அவர்களுக்கு வழங்கினார். கலாசாரம், கலைகளை அவர் ஆதரித்தது மூலம் நகரங்களை அழகுபடுத்தியது மட்டுமல்லாமல், நீடித்த கலாசாரப் பாரம்பரியத்தையும் விட்டுச்சென்றார்.

தைமூர் தனது பேரரசின் செழிப்புக்கு வர்த்தகத்தின் முக்கியத்துவத்தை அங்கீகரித்தார். கிழக்கையும், மேற்கையும் இணைக்கும் வகையில் வர்த்தகப் பாதைகள் உருவாக்கும் கொள்கைகளை அவர் செயல்படுத்தினார். பட்டுப் பாதையால் உருவாக்கப்பட்ட பொருளாதார நடவடிக்கைகளால் அவரது பேரரசு பயனடைந்தது.

வர்த்தகத்தை மேம்படுத்துவதற்கான தைமூரின் கொள்கைகளில் வர்த்தகத் தடைகளைக் குறைத்தல், வர்த்தக கேரவன்களைப் பாதுகாத்தல், தனது பிராந்தியங்கள் வழியாகப் பயணிக்கும் வணிகர்களின் பாதுகாப்பை உறுதி செய்தல் ஆகியவை அடங்கும். இந்த முன்முயற்சிகள் அவரது பேரரசிற்குள் அதிகரித்த பொருளாதார நடவடிக்கைகள் மற்றும் வர்த்தக வலைப்பின்னல்களின் வளர்ச்சிக்கு வழிவகுத்தன.

நிர்வாகம் மற்றும் வர்த்தகத்தை எளிதாக்க, தைமூர் உள்கட்டமைப்பு மேம்பாட்டுத் திட்டங்களைத் தொடங்கினார். சாலைகள், பாலங்கள், கால்வாய்களை நிர்மாணிப்பது, முக்கிய வர்த்தகப் பாதைகளில் பயணிகளுக்கான ஓய்வு நிலையங்கள் நிறுவுவது ஆகியவை இதில் அடங்கும்.

தைமூர் இந்த உள்கட்டமைப்பு திட்டங்களுக்கு வளங்களையும், தொழிலாளர்களையும் ஒதுக்கினார். அவை வர்த்தகம் மற்றும் தகவல்தொடர்புக்குப் பயனளிக்கும் வகையில் அமைந்துள்ளன என்பதை உறுதி செய்தது. இந்த முன்னேற்றங்கள் நிர்வாகத்தை

எளிதாக்கியது மட்டுமல்லாமல், அவரது பேரரசின் இணைப்பையும், செழிப்பையும் மேம்படுத்தின. தைமூரின் புதுமையான முன்முயற்சிகள் ஒரு சக்தி வாய்ந்த, வளமான சாம்ராஜ்யத்திற்கான அவரது பார்வையைப் பிரதிபலித்தன. அவரது நிர்வாகம், மத சகிப்புத்தன்மை, கட்டடக்கலை ஆதரவு, வர்த்தகத்தை ஊக்குவித்தல், உள்கட்டமைப்பு மேம்பாடு, மூலோபாய திட்டமிடல்,வள ஒதுக்கீடு,திறமையான நிபுணர்களின் ஆதரவு ஆகியவற்றின் மூலம் செயல்படுத்தப்பட்டன.

தைமூர் தனது ராணுவ வெற்றிகளுக்காக அவ்வப்போது நினைவுகூரப்பட்டாலும், அவரது புதுமையான கொள்கைகள், சீர்திருத்தங்கள் ஆகியவை அவர் ஆட்சி செய்த பிராந்தியங்களின் கலாசாரத்தில் நீடித்த தாக்கத்தை ஏற்படுத்தியுள்ளன. இது ஒரு தலைவராக அவரது பன்முகப் பாரம்பரியத்தை வெளிப்படுத்துகிறது.

5

தைமூருக்கு எதிரான உலகம்

தைமூர் அவரது காலத்திலும், அதற்குப் பிந்தைய நூற்றாண்டுகளிலும் அவரது பல நடவடிக்கைகள் வெற்றிகள், பாராட்டை, கண்டனத்தையும் உருவாக்கின. உலகின் பல பகுதிகள் தைமூருக்கு எதிராக இருந்ததற்கான காரணங்களையும், அவரது சர்ச்சைக்குரிய பாரம்பரியத்திற்குப் பங்களித்த காரணிகளையும் காண்போம்.

உலகம் தைமூருக்கு எதிராக இருப்பதற்கு முதன்மையான காரணங்களில் ஒன்று அவரது ஈவிரக்கமற்ற ராணுவ நடவடிக்கைகள். தைமூரின் படையெடுப்புகள் தீவிரக் காட்டுமிராண்டித்தனம், வெகுஜனப் படுகொலைகள், பொது மக்களைக் குறிவைத்தல் ஆகியவற்றில் ஈடுபட்டன. அவரது படைகள் நகரங்களை அழித்து, அழிவையும் பேரழிவையும் விட்டுச் சென்றன.

பொ.யு.1398ம் ஆண்டில் தைமூரின் படைகள் பல்லாயிரக்கணக்கான பொதுமக்களைப் படுகொலை செய்து தில்லி நகரத்தைச் சூறையாடியது. அவரது ராணுவ நடவடிக்கைகளுடன் தொடர்புடைய காட்டுமிராண்டித்தனத்திற்கு இது ஒரு குறிப்பிடத்தக்க எடுத்துக்காட்டு.

தைமூரின் படைகள் கொடூரத்திற்கும், மனிதாபிமானமற்ற செயல்களுக்கும் பெயர் பெற்றவை. பொ.யு.1402ம் ஆண்டில் அங்காரா போருக்குப் பின்னர் சுல்தான் முதலாம் பயேசித்தின் தலையைத்துண்டித்தார். மேலும், கைப்பற்றப்பட்ட ஆட்சியாளர்களையும், தலைவர்களையும் தூக்கிலிட அவர் உத்தரவிட்டார்.

இந்த வன்முறையும் மனிதாபிமானமற்ற செயல்களும் தைமூரைக் குறித்த எதிர்மறையான பார்வைக்கு வழிவகுத்தன.

தைமூரின் படைகள் செய்த படுகொலைகள், அட்டூழியங்கள் போன்ற பல நிகழ்வுகளை அக்கால வரலாற்றுக் குறிப்புகள் ஆவணப்படுத்துகின்றன.

தைமூரின் அதிகார வேட்கையும், வெற்றியும் அண்டை நாடுகளையும், பிராந்தியங்களையும் பீதிக்குள்ளாக்கியது. மத்திய ஆசியா, மத்தியக் கிழக்கு மற்றும் அதற்கு அப்பாலும் பரவியிருந்த ஒரு பரந்த சாம்ராஜ்யத்தை உருவாக்க அவர் முயன்றார். இந்த லட்சியம் பெரும்பாலும் அண்டை ஆட்சியாளர்களுடனும், பேரரசுகளுடனும் மோதல்களுக்கு வழிவகுத்தது.

தைமூரின் வெற்றிகளில் பாரசீகம், அனடோலியா, காகசஸ், இந்தியாவின் சில பகுதிகள் ஆகியவை அடங்கும். இது அவரது விரிவாக்கத் திட்டங்கள் குறித்து அண்டை நாடுகள் மற்றும் பேரரசுகளிடையே கவலைகளை ஏற்படுத்தியது.

தைமூரின் ராணுவ நடவடிக்கைகளும், பிராந்திய விரிவாக்கமும் பல பிராந்தியங்களின் ஸ்திரமின்மைக்கு வழிவகுத்தது. அவரது படையெடுப்புகள் அரசியல் ஒழுங்கைச் சீர்குலைத்தன. மக்களை இடம்பெயரச் செய்தன. அவரது வெற்றிகளை ஸ்திரமின்மையின் பாரம்பரியத்தை விட்டுச் சென்றன.

பொ.யு.1405ம் ஆண்டில் தைமூரின் மரணத்தைத் தொடர்ந்து ஏற்பட்ட அதிகாரப் போராட்டங்கள், வாரிசு தகராறுகள் மூலம் அவர் வென்ற பகுதிகளில் தொடர்ச்சியான மோதல்களும், பிளவுகளும் ஏற்பட்டன.

தைமூர் தன்னை இஸ்லாத்தின் பாதுகாவலராகக் காட்டிக் கொண்டாலும், அவரது ராணுவ நடவடிக்கைகள் மத மோதல்கள், பதற்றங்களுக்கு வழிவகுத்தன. உதுமானியப் பேரரசு போன்ற முஸ்லிம்கள் பெரும்பான்மையாக வாழும் பிரதேசங்கள் மீதான அவரது படையெடுப்புகளும், கைப்பற்றப்பட்ட மக்களின் கட்டாய மதமாற்றங்களும் அவரது மத உள்நோக்கங்களைப் பற்றிய கவலைகளை எழுப்பின.

ஒட்டோமான் சுல்தான் முதலாம் பயேசித் மற்றும் எகிப்தின் மம்லூக்குகள் உட்பட முஸ்லீம் ஆட்சியாளர்களுக்கு எதிரான தைமூரின் படையெடுப்புகள் முஸ்லிம் உலகின் நலன்களுக்கு முரணாகப் பார்க்கப்பட்டன. தைமூரின் சர்ச்சைக்குரிய பாரம்பரியம், அவரது ஈவிரக்கமற்ற ராணுவ நடவடிக்கைகள், காட்டுமிராண்டித்தனமான செயல்கள், விரிவாக்கவாத

விருப்பங்கள், பிராந்தியங்களின் ஸ்திரமின்மை மற்றும் உணரப்பட்ட மத மோதல்களில் வேரூன்றியுள்ளது.

இந்த நடவடிக்கைகள் அவரது காலத்தில் உலகின் பல பகுதிகளில் அவரைப் பற்றிய எதிர்மறையான கண்ணோட்டத்திற்குப் பங்களித்தன. அவரது ஆட்சியின் வரலாற்று மதிப்பீட்டைத் தொடர்ந்து வடிவமைத்தன. சில பிராந்தியங்களில் அவரது ராணுவ வலிமைக்காகவும், கலாசார ஆதரவுக்காகவும் அவர் கொண்டாடப்பட்டாலும், அவரது நடவடிக்கைகள் ஒரு வெற்றியாளராகவும், ஆட்சியாளராகவும் அவரது பாரம்பரியத்தில் நீடித்த கறையை விட்டுச் சென்றுள்ளன.

தைமூரின் சர்ச்சைக்குரிய குற்றங்கள்

தைமூரின் பாரம்பரியம், ராணுவ சாதனைகளுக்கான பாராட்டு, அவரது வெற்றிகளுடன் தொடர்புடைய குற்றங்களுக்கான கண்டனங்கள் ஆகியவற்றால் குறிக்கப்படுகிறது. தைமூரின் படையெடுப்பின் போதும், ஆட்சியின் போதும் அவர் செய்த குற்றங்களை வரலாற்றுக் குறிப்புகளிலிருந்து காணலாம்.

தைமூரின் இழிவான குற்றங்களில் ஒன்று அவரது ராணுவ நடவடிக்கைகளின் போது பொதுமக்களைப் படுகொலை செய்தது. கைப்பற்றப்பட்ட நகரங்களில் ஆண்கள், பெண்கள், குழந்தைகளைக் கண்மூடித்தனமாகக் கொல்வது உட்படப் பரவலான அட்டூழியங்களை அவரது படைகள் செய்ததாகக் குற்றம் சாட்டப்பட்டது. பொ.யு.1398ம் ஆண்டில் தைமூரின் தில்லி முற்றுகை பொதுமக்களுக்கு எதிரான அவரின் குற்றங்களுக்கு நன்கு ஆவணப்படுத்தப்பட்ட எடுத்துக்காட்டு. பல்லாயிரக்கணக்கான மக்கள் படுகொலை செய்யப்பட்டதையும், கொள்ளையடித்ததையும், அழித்ததையும் வரலாற்றுப் பதிவுகள் விவரிக்கின்றன.

தைமூரின் படைகள் கைப்பற்றப்பட்ட நகரங்களைச் சூறையாடுவதற்கும், கொள்ளையடிப்பதற்கும் இழிபுகழ் பெற்றவை. அவர்கள் செல்வத்தையும், விலைமதிப்பற்ற கலைப்பொருட்களையும், மதிப்புமிக்க வளங்களையும் சூறையாடி, பேரழிவை விட்டுச் சென்றனர்.

தைமூரின் படையெடுப்புகள் குறித்த வரலாற்றுக் குறிப்புகள் நகரங்கள் மற்றும் பிராந்தியங்களைத் திட்டமிட்டுச் சூறையாடியதை ஆவணப்படுத்துகின்றன. இச்சூறையாடல் மூலம் தைமூர் பெரும் செல்வம் குவித்தார்.

தைமூரின் வெற்றிகள் கலாசாரம் மற்றும் வரலாற்று மரபுரிமைகளை அழிப்பதற்கு வழிவகுத்தன. அவர் கலாசார

மையங்களையும் மதத் தலங்களையும் குறிவைத்து அழித்தார். இது அவர் வென்ற பகுதிகளில் நீடித்த தாக்கத்தை ஏற்படுத்தியது.

இஸ்ஃபஹானில் உள்ள நூலகத்தை அழித்தது, பண்டைய நகரமான ரேயின் பகுதியளவு அழிக்கப்பட்டது ஆகியவை கலாசார பாரம்பரியத்திற்கு எதிரான தைமூரின் குற்றங்களுக்கு எடுத்துக்காட்டுகள்.

தைமூரின் ராணுவப் படையெடுப்புகள் எப்போதாவது கைப்பற்றப்பட்ட மக்களை இஸ்லாத்திற்குக் கட்டாயமாக மதம் மாற்றுவதை உள்ளடக்கியது. இந்த நடைமுறை சில பிராந்தியங்களில் மத பதற்றங்களுக்கும், மோதல்களுக்கும் வழிவகுத்தது.

இந்தியத் துணைக்கண்டம் மற்றும் முஸ்லிம் அல்லாத பிற பகுதிகளில் தைமூரின் படையெடுப்புகள் கட்டாய மதமாற்ற நிகழ்வுகளைக் கண்டன. அவை வரலாற்று பதிவுகளில் ஆவணப்படுத்தப்பட்டுள்ளன.

போர்க் கைதிகளைத் தைமூர் நடத்தும் விதம் பெரும்பாலும் கொடூரமாக இருந்தது. பிடிபட்ட ஆட்சியாளர்களையும், தலைவர்களையும் சில நேரங்களில் கொடூரமான வழிகளில் தூக்கிலிட உத்தரவிட்டதன் மூலம் அவர் தனது எதிரிகளிடையே அச்சத்தை ஏற்படுத்தினார்.

சுல்தான் முதலாம் பயேசித்தை இரும்புக் கூண்டில் அடைத்து தூக்கிலிட்டதையும்,பல ஆட்சியாளர்கள் மற்றும் ராணுவத்தளபதிகளை தூக்கிலிட்டதையும் வரலாற்றுக் குறிப்புகள் விவரிக்கின்றன.

தைமூர் பயங்கரவாதத்தை உளவியல் போர் உத்தியாகப் பயன்படுத்தினார். இது தனது எதிரிகளிடம் பயத்தை ஏற்படுத்துவது, விரைவான சரணடைதல் மற்றும் குறைவான எதிர்ப்புகளுக்கு வழிவகுக்கும் என்று அவர் நம்பினார்.

இரக்கமற்ற கொடுமைகளும், காட்டுமிராண்டித்தனமும் தைமூரின் ராணுவ வெற்றிக்குப் பங்களித்தது. அது அவரது எதிரிகள் மத்தியில் அவருக்கு அவப்பெயரையும், பயத்தையும் சம்பாதித்தது. பொதுமக்களைப் படுகொலை செய்தல், சூறையாடுதல், பண்பாட்டு மரபுரிமைகளை அழித்தல், கட்டாய மதமாற்றம், கைதிகளை மிருகத்தனமாக நடத்துதல், பயங்கரவாதத்தை ஒரு தந்திரமாகப் பயன்படுத்துதல் உள்ளிட்ட தைமூரின் குற்றங்கள் வரலாற்றுக் குறிப்புகளிலும், சரித்திரங்களிலும் ஆவணப்படுத்தப்பட்டுள்ளன. சிலர் அவரை ஓர் ராணுவ மேதையாகவும், வெற்றியாளராகவும் கருதினாலும், இந்தக் குற்றங்கள் அவரது பாரம்பரியத்தின் மீது ஓர் இருண்ட

கறையை விட்டுச் சென்றுள்ளது. இது அவரது வரலாற்று முக்கியத்துவம் மற்றும் அவரது நடவடிக்கைகளின் ஒழுக்கம் குறித்து தொடர்ச்சியான விவாதங்களுக்கு வழிவகுத்தது.

தைமூரின் கூட்டணிகள் மற்றும் ஆதரவு

தைமூர், தனது ஆட்சிக் காலத்தில் கூட்டணிகளை உருவாக்கி பல்வேறு தரப்பினரிடமிருந்து ஆதரவைப் பெற்ற ஒரு சமயோசிதமான தலைவராக இருந்தார்.

தைமூரின் முதன்மை நோக்கம் தனது சொந்த அதிகாரத்தையும், சாம்ராஜ்ஜியத்தையும் விரிவுபடுத்துவதாகும். இதை அடைய, அவர் தனது விருப்பங்களை முன்னெடுத்துச் செல்லக் கூடிய தனிநபர்கள் மற்றும் பிரிவுகளுடன் தன்னை இணைத்துக் கொண்டார். கைப்பற்றப்பட்ட பகுதிகளைப் பாதுகாக்கவும், கட்டுப்பாட்டைப் பராமரிக்கவும் உதவக் கூடியவர்களை அவர் ஆதரித்தார்.

கானேட்டின் தலைநகரான சமர்கந்தின் பாதுகாவலராகப் பணியாற்றிய சகதாய் கானேட்டுடன் தைமூரின் ஆரம்பக்காலக் கூட்டணி, அவர் தனது அதிகாரத்தை வலுப்படுத்தவும் இறுதியில் கான் என்ற பட்டத்தைக் கோரவும் அனுமதித்தது.

தைமூர் தனது ராணுவ நடவடிக்கைகளைத் திறம்படச் செயல்படுத்தக் கூடிய விசுவாசமான, திறமையான தளபதிகளை மதித்தார். போர்க்களத்தில் திறமைகளை வெளிப்படுத்தியவர்களைப் பாராட்டி வெகுமதி அளித்தார்.

உலுக் பேக், மிரான் ஷா, மாலிக் கதுன் போன்ற முக்கிய ராணுவத் தளபதிகள் தைமூரின் ஆதரவையும், நம்பிக்கையையும் பெற்றவர்கள். அவர்களின் பங்களிப்புகள் அவரது வெற்றிகளில் முக்கியப் பங்கு வகித்தன.

தைமூர் பழங்குடிகளுடனும், பிராந்தியத் தலைவர்களுடனும் கூட்டணி அமைத்தார். இந்தக் கூட்டணிகள் பெரும்பாலும் நடைமுறை சாத்தியமானவையாக இருந்தன. அவரது ராணுவப் பிரசாரங்களுக்கு ஆதரவையும், மனிதவளங்களைப் பெறுவதையும் நோக்கமாகக் கொண்டிருந்தன.

மத்திய ஆசியாவில் பழங்குடித் தலைவர்களுடனான தைமூரின் கூட்டணி அவருக்குக் கூடுதல் படைகள் மற்றும் பழங்குடி விசுவாசத்தை வழங்கியது. இது பிராந்தியத்தில் அவரது நிலையை வலுப்படுத்தியது.

அண்டை ஆட்சியாளர்கள், பேரரசுகளின் ஆதரவைப் பெற அல்லது மோதலைத் தவிர்ப்பதற்கான ராஜதந்திர முயற்சிகளில்

தைமூர் ஈடுபட்டார். அதிகாரச் சமநிலையைப் பேணுவதற்கும், தனது நலன்களைப் பாதுகாப்பதற்கும் ராஜதந்திரத்தை ஒரு கருவியாகப் பயன்படுத்தினார்.

ஓட்டோமான் சுல்தான் முதலாம் பயேசித், மம்லுக் சுல்தான் பர்குக் உட்படப் பல்வேறு ஆட்சியாளர்களுடனான தைமூரின் கடிதப் போக்குவரத்து, கூட்டணிகள், ஆக்கிரமிப்பு அல்லாத ஒப்பந்தங்கள், நன்மைகள் குறித்து பேச்சுவார்த்தை நடத்துவதற்கான அவரது ராஜதந்திரச் சூழ்ச்சிகளை நிரூபிக்கிறது.

தைமூர் தனது பேரரசில் மதத்திற்கும், கலாசாரத்திற்கும் முக்கியத்துவம் அளித்தார். மதத் தலைவர்கள், அறிஞர்கள், கலைஞர் ஆகியோரை அவர் ஆதரித்தார். அவர்கள் அவரது ஆட்சியைச் சட்டப்பூர்வமாக்கவும், குடிமக்களிடையே ஒற்றுமை உணர்வை வளர்க்கவும் உதவினார்கள்.

தைமூர் மத அறிஞர்கள், மத நிறுவனங்களை ஆதரித்தார், இஸ்லாமியப் புலமையை மேம்படுத்துவதற்கும், மத வழிபாட்டுத் தளங்களைக் கட்டுவதற்கும் பங்களித்தார். இது அவரது பேரரசில் உள்ள மத சமூகங்களின் ஆதரவைப் பெற்றது.

அண்டை ஆட்சியாளர்களுடனான கூட்டணிகளை வலுப்படுத்தவும், தனது ராஜதந்திர உறவுகளை வலுப்படுத்தவும் தைமூர் அரசியல் திருமணங்களைப் பயன்படுத்தினார். இந்தத் தொழிற்சங்கங்கள் பெரும்பாலும் ஒத்துழைப்பை உறுதிப்படுத்தவும், பிராந்திய நலன்களைப் பாதுகாக்கவும் சேவை செய்தன.

செங்கிஸ்கானின் வழித்தோன்றலான சாரே முல்க் கானும் என்பவரை தைமூர் திருமணம் செய்தது மங்கோலிய வம்சாவளியுடனான அவரது உறவுகளை வலுப்படுத்தியது. அவரது ஆட்சியைச் சட்டப்பூர்வமாக்க உதவியது. பல்வேறு தனிநபர்கள், குழுக்கள் மற்றும் கூட்டாளிகளுக்கு தைமூரின் ஆதரவு என்பது அவரது சொந்த வெற்றி மற்றும் சாம்ராஜ்ஜியத்தைக் கட்டியெழுப்புவதற்கான தனது சொந்த விருப்பங்களை முன்னெடுப்பதை நோக்கமாகக் கொண்ட ஒரு திட்டமிடப்பட்ட நடைமுறையாகும்.

விசுவாசமான தளபதிகள், பழங்குடி கூட்டணிகள், ராஜதந்திரச் சூழ்ச்சிகள், கலாசாரம் மற்றும் மத செல்வாக்கு ஆகியவற்றின் மூலம், தைமூர் தனது அதிகாரத்தை உறுதிப்படுத்தவும், தனது நோக்கங்களை அடையவும் ஆதரவைப் பயன்படுத்தினார். கூட்டணிகளை வழிநடத்துவதற்கும், ஆதரவைப் பெறுவதற்குமான அவரது திறன் பொ.யு14ம் நூற்றாண்டில் ஒரு வெற்றியாளராகவும் ஆட்சியாளராகவும் அவரது வெற்றியில் முக்கியப் பங்கு வகித்தது.

6

குடும்ப உறவுகளும் விசுவாசமும்

தைமூரின் வெற்றி அவரது குடும்ப உறுப்பினர்களின் ஆதரவு மற்றும் விசுவாசத்தால் உருவானது. தைமூரின் குடும்ப உறுப்பினர்கள் அவரை ஆதரித்த வழிகளையும், அவர்களின் உதவியை அவர் எவ்வாறு வெளிப்படுத்தினார் என்பதையும் குறிப்பிட்ட எடுத்துக்காட்டுகள் மற்றும் விளக்கங்களுடன் காண்போம்.

தைமூரின் குடும்ப உறுப்பினர்கள் பலர் அவரது படைகளில் தளபதிகளாகப் பணியாற்றினார்கள். அவரது ராணுவப் படையெடுப்புகளைச் செயல்படுத்துவதிலும், வெற்றிகளை அடைவதிலும் அவர்கள் முக்கியப் பங்கு வகித்தனர்.

தைமூர் தனது குடும்ப உறுப்பினர்களை முக்கிய ராணுவ பதவிகளுக்கு நியமித்ததன் மூலமும், முக்கியமான கட்டளைகளை ஒப்படைப்பதன் மூலமும் அவர்கள் மீதான தனது நம்பிக்கையை வெளிப்படுத்தினார்.

தைமூரின் பேரன், உலுக் பெக் ஒரு புகழ்பெற்ற வானியலாளர் மற்றும் அறிஞர் மட்டுமல்ல, திறமையான ராணுவத் தலைவரும் ஆவார். அவர் தைமூரின் படையெடுப்புகளில் முக்கியத் தளபதியாகப் பணியாற்றினார். தனது தாத்தா மீதான அவரது விசுவாசம் மற்றும் அவரது ராணுவ வலிமை இரண்டையும் நிரூபித்தார்.

தைமூர் சக்திவாய்ந்த ஆட்சியாளர்களுடனும், தலைவர்களின் உறவினர்களுடனும் திருமணக் கூட்டணிகளை ஏற்படுத்தினார். இதன் மூலம் ராஜதந்திர ஆதரவைப் பெற்றார். தனது சொந்த சட்டப்பூர்வத் தன்மையை வலுப்படுத்தினார்.

இந்தத் திருமணங்கள் அவரது நிலையை வலுப்படுத்தவும், நன்மை பயக்கும் கூட்டணிகளை நிறுவவும் குடும்ப உறவுகளை அவர் நம்பியிருப்பதன் தெளிவான வெளிப்பாடாகும்.

தைமூர் செங்கிஸ்கானின் வழித்தோன்றலான சராய் முல்க் கானுமை மணந்தார். இது மங்கோலியப் பிரபுத்துவத்தில் அவரது சட்டப்பூர்வமான தன்மையை மேம்படுத்தி, ஒரு வெற்றியாளராக அவரது அதிகாரத்திற்குப் பங்களித்தது.

சில குடும்ப உறுப்பினர்கள் தைமூரின் பேரரசில் நிர்வாகப் பதவிகளை வகித்தனர். அவரது பரந்த பிரதேசங்களின் நிர்வாகத்திற்கும், ஒழுங்கமைப்பிற்கும் உதவினர்.

குடும்ப உறுப்பினர்களை நிர்வாகப் பொறுப்புகளுக்குத் தைமூர் நியமித்தது, அவர்களின் திறனில் அவரது நம்பிக்கையை நிரூபித்தது.

தைமூரின் மகன் மிரான் ஷா, பேரரசின் பல்வேறு பகுதிகளின் ஆளுநராக நியமிக்கப்பட்டார். இவரது நிர்வாகத் திறன்கள் தைமூரின் ஆட்சியின் கீழ் இருந்த பிரதேசங்களின் ஸ்திரத்தன்மைக்குப் பங்களித்தன.

தைமூர் தனது குடும்ப உறுப்பினர்களின் வாரிசுரிமையைக் கவனமாக நிர்வகித்தார். தைமூரிய வம்சத்திற்குள் அதிகார மாற்றத்தைச் சுமூகமாக உறுதி செய்தார்.

தனது குடும்பத்திற்குள் இருந்து வாரிசுகளை நியமிப்பதன் மூலம், தைமூர் வம்சத்தின் ஆட்சியையும், பாரம்பரியத்தையும் பராமரிக்கும் தனது விருப்பத்தை வெளிப்படுத்தினார்.

தைமூரின் பேரன் பீர் முகம்மது அவரது வாரிசாக நியமிக்கப்பட்டார். குடும்ப வாரிசுரிமையின் இந்தத் தெளிவான வெளிப்பாடு தைமூரின் மரணத்திற்குப் பின்னர் அதிகார மோதல்களையும், உள் மோதல்களையும் தடுக்க உதவியது.

தைமூர் கலாசாரம் மற்றும் கலைகளின் புரவலராக இருந்தார். அவர் குடும்ப உறுப்பினர்களைக் அறிவுசார் முயற்சிகளில் ஈடுபடுத்தினார். தனது பேரரசின் கலாசாரப் பாரம்பரியத்திற்கு அவர்களின் பங்களிப்புகளை ஊக்குவித்தார்.

கலாசார நடவடிக்கைகளில் அவர்களின் ஈடுபாடு மற்றும் ஆதரவின் மூலம், தைமூர் ஒரு துடிப்பான கலாசாரச் சூழலை வளர்ப்பதில் தனது குடும்பத்தின் ஒருங்கிணைந்த பங்கை வெளிப்படுத்தினார்.

தைமூரின் மனைவி, சாரே முல்க் கானும் அரசியல் கூட்டணிகளில் ஈடுபட்டது மட்டுமல்லாமல், கலாசார அரங்கிலும் பங்களித்தார். அவர் தைமூரிய மறுமலர்ச்சியை ஊக்குவித்த அறிஞர்கள் மற்றும் கலைஞர்களின் பணிகளை ஆதரித்தார்.

ராணுவத் தலைமை, திருமணக் கூட்டணிகள், நிர்வாகம், வாரிசுத் திட்டமிடல், கலாசார ஆதரவு ஆகியவற்றின் மூலம் தைமூரின் குடும்ப உறுப்பினர்கள் அவரது ஆட்சியை ஆதரிப்பதில் முக்கியப் பங்கு வகித்தனர். குடும்ப ஆதரவின் இந்த வெளிப்பாடுகள் தைமூரின் பேரரசைக் கட்டியெழுப்புவதற்கும், நிர்வகிப்பதற்கும் முக்கியப் பங்கு வகித்தன. அவர் அதிகாரத்திற்கு உயர்ந்ததில் குடும்ப உறவுகளுக்கு விசுவாசத்தின் முக்கியத்துவத்தையும், தைமூரிய வம்சத்தின் ஸ்திரத்தன்மையையும் நிரூபித்தன.

மகிழ்ச்சியான வாழ்க்கை முறை

தைமூரின் வாழ்க்கை ராணுவ நடவடிக்கைகள் மற்றும் அரசியல் வெற்றிகளால் குறிக்கப்பட்டாலும், மகிழ்ச்சியான வாழ்க்கை முறை என்ன என்பது குறித்த ஒரு கண்ணோட்டத்தையும் அவர் கொண்டிருந்தார். ஒரு மகிழ்ச்சியான வாழ்க்கை முறை குறித்த தைமூரின் கண்ணோட்டங்களைப் பற்றி வரலாற்றுக் குறிப்புகளின் வழியாகக் காணலாம்.

பொருள் வளமும், செழிப்பும் மகிழ்ச்சியான வாழ்க்கை முறைக்கு இன்றியமையாத கூறுகள் என்று தைமூர் நம்பினார். அவர் தனது பேரரசின் செழிப்பை உறுதி செய்வதற்காகத் தனது வெற்றிகள் மற்றும் வரிவிதிப்புக் கொள்கைகள் மூலம் செல்வங்களைக் குவிக்க முயன்றார்.

தில்லி, பாக்தாத் போன்ற செல்வச் செழிப்பு மிக்க நகரங்களைச் சூறையாடியது உட்பட தைமூரின் வெற்றிகள், செல்வச் செழிப்புக்கான அவரது ஆசையால் உந்தப்பட்டன. அவர் தனது செல்வத்தையும், ஆதரவையும் வெளிப்படுத்தி, பிரமாண்டமான கட்டடக்கலைத் திட்டங்களில் முதலீடு செய்தார்.

மகிழ்ச்சியான வாழ்க்கை முறையை ஊக்குவிப்பதில் ஸ்திரத்தன்மை மற்றும் ஒழுங்கின் முக்கியத்துவத்தை தைமூர் அங்கீகரித்தார். நன்கு நிர்வகிக்கப்படும் பாதுகாப்பான சாம்ராஜ்யம் தனது குடிமக்கள் உள்ளடக்க வாழ்க்கையை வாழ்வதற்கான நிலைமைகளை வழங்குகிறது என்று அவர் நம்பினார்.

தைமூர் தனது பரந்த சாம்ராஜ்ஜியத்தில் ஒழுங்கைப் பராமரிக்க நிர்வாகச் சீர்திருத்தங்களைச் செயல்படுத்தினார். விசுவாசமான

ஆளுநர்களை நியமித்து, வரி வசூலை உறுதி செய்து, ஒட்டுமொத்த ஸ்திரத்தன்மைக்குப் பங்களித்தார்.

தைமூர் ஒரு பக்தியுள்ள முஸ்லிமாக இருந்தார். மத பக்தி ஒரு மகிழ்ச்சியான வாழ்க்கை முறையின் அடித்தளமாகும் என்று அவர் நம்பினார். அவர் இஸ்லாம் நடைமுறையை ஆன்மிக நிறைவு மற்றும் தார்மீக வழிகாட்டுதலின் ஆதாரமாகக் கண்டார்.

தைமூர் தன்னை இஸ்லாத்தின் பாதுகாவலராகச் சித்தரித்துக் கொண்டார். நம்பிக்கையைப் பரப்புதல், பாதுகாத்தல் என்ற பெயரில் ராணுவப் படையெடுப்புகளை நடத்தினார். பள்ளிவாசல்கள் மற்றும் மத நிறுவனங்களின் கட்டுமானத்தை அவர் ஆதரித்தார்.

தைமூர் கலாசார மற்றும் அறிவுசார் தேடல்களை மகிழ்ச்சியான வாழ்க்கை முறைக்கு ஒருங்கிணைந்ததாக மதிப்பிட்டார். கலை, இலக்கியம், புலமை ஆகியவற்றைத் தனது பேரரசின் கலாசாரப் பாரம்பரியத்தை வளப்படுத்துவதற்கான வழிமுறையாக அவர் கண்டார்.

தைமூரின் அரசவை அறிவார்ந்த செயல்பாட்டின் மையமாக இருந்தது. அறிஞர்கள், கவிஞர்கள், கலைஞர்களை அவை ஈர்த்தது. அவர் அவர்களின் பணியை ஆதரித்தார். இது தைமூரிய மறுமலர்ச்சியின் செழிப்புக்கு வழிவகுத்தது.

தைமூர் குடும்பத்திற்கும், வம்ச மரபுக்கும் அதிக முக்கியத்துவம் கொடுத்தார். தனது சாம்ராஜ்யத்தின் மகிழ்ச்சி மற்றும் தொடர்ச்சிக்குத் தனது வம்சத்தின் எதிர்காலத்தைப் பாதுகாப்பது அவசியம் என்று அவர் நம்பினார்.

ஆதாரம்

தைமூர் தனது குடும்ப உறுப்பினர்களின் வாரிசுரிமையைக் கவனமாக நிர்வகித்தார். அதிகாரப் போட்டிகளைத் தடுக்கவும், வம்சத்தின் ஆட்சியை உறுதிப்படுத்தவும் வாரிசுகளை நியமித்தார்.

மகிழ்ச்சியான வாழ்க்கை முறை குறித்த தைமூரின் கண்ணோட்டத்தில் பிராந்திய விரிவாக்கம் மற்றும் ராணுவ வெற்றிகளைத் தேடுவது ஆகியவை அடங்கும். தனது சாம்ராஜ்யத்தை விரிவுபடுத்துவது கௌரவத்தையும் செழிப்பையும் கொண்டு வருவதாக அவர் நம்பினார்.

மத்திய ஆசியா, மத்தியக் கிழக்கு மற்றும் தெற்காசியா முழுவதும் உள்ள பகுதிகளைக் கைப்பற்றவும், இணைக்கவும் தைமூர் பல

ராணுவப் படையெடுப்புகளை மேற்கொண்டார். அத்தகைய வெற்றிகள் தனது பேரரசின் மகிழ்ச்சியையும், பெருமையையும் அதிகரித்தன என்று நம்பினார். மகிழ்ச்சியான வாழ்க்கை முறை குறித்த தைமூரின் முன்னோக்கு செல்வம், ஸ்திரத்தன்மை, மத பக்தி, கலாசாரத் தேடல்கள், குடும்பம் மற்றும் பிராந்திய விரிவாக்கம் போன்ற செயல்களை உள்ளடக்கியது.

அவரது பார்வைகள் மற்றும் செயல்கள் அவரது காலத்தின் விதிமுறைகள் மற்றும் மதிப்புகளால் பாதிக்கப்பட்டிருக்கலாம் என்றாலும், அவை வளமான மற்றும் மனநிறைவான சாம்ராஜ்யத்திற்கான அவரது பார்வையைப் பற்றிய நுண்ணறிவுகளை வழங்குகின்றன. ராணுவ வெற்றிகள், கலாசார ஆதரவு ஆகிய இரண்டாலும் குறிக்கப்பட்ட அவரது ஆட்சி, தனக்கும், தனது குடிமக்களுக்கும் மகிழ்ச்சியான வாழ்க்கை முறை என்று அவர் நம்பியதை அடைவதற்கான அவரது பன்முக அணுகுமுறையைப் பிரதிபலித்தது.

7

புதுமையான வெற்றியாளர்

தைமூரின் வாழ்க்கை பாரம்பரியம், பண்புகள் மற்றும் சாதனைகளின் தனித்துவமான கலவையால் உருவாக்கப்பட்டது.

ஒப்பீட்டளவில் தெளிவற்ற பின்னணியில் இருந்து அவரது காலத்தின் மிகவும் சக்திவாய்ந்த ஆட்சியாளர்களில் ஒருவராக மாறிய தைமூரின் பயணம் அசாதாரணமானது. இவர் மத்திய ஆசியாவில் உள்ள பர்லாஸ் பழங்குடி இனத்தைச் சேர்ந்த ஒரு சிறிய பிரபு குடும்பத்தைச் சேர்ந்தவர்.

நிறுவப்பட்ட வம்சங்கள் அல்லது பிரபுக்களில் பிறந்த பல வெற்றியாளர்களைப் போலல்லாமல், தைமூரின் அதிகார ஏற்றம் அவரது மூலோபாய புத்திசாலித்தனத்திற்கும் உறுதிக்கும் ஒரு சான்றாகும்.

தைமூரின் ராணுவ மூலோபாயம் மற்றும் தந்திரோபாயங்கள் புதுமை மற்றும் தகவமைப்பு ஆகியவற்றால் வகைப்படுத்தப்பட்டன. அவர் தனது வெற்றிகளின் போது சந்தித்த பல்வேறு கலாசாரங்கள் மற்றும் நாகரிகங்களின் உத்திகளைப் பயன்படுத்தினார்.

தைமூர் உளவியல் போர், நடமாடும் குதிரைப்படை பயன்பாடு, மூலோபாய கூட்டணிகள் போன்ற பல்வேறு தந்திரங்களைப் பயன்படுத்தினார். இது மிகவும் வலிமையான எதிரிகளுக்கு எதிராகக் குறிப்பிடத்தக்க ராணுவ வெற்றிகளை அடைய அவரை அனுமதித்தது.

தைமூரின் பாரம்பரியம் அதன் ராணுவ வெற்றிகள் மற்றும் கலாசார ஆதரவு ஆகியவற்றின் கலவையில்

தனித்துவமானது. அவர் ஒரு வெற்றியாளராக இருந்தபோதிலும், செழிப்பான கலாசார மற்றும் அறிவுசார் சூழலையும் வளர்த்தார்.

தைமூர் சமர்கந்த் போன்ற நகரங்களைக் கலாசாரச் சிறப்பு மையங்களாக மாற்றினார். மகத்தான கட்டடக்கலை திட்டங்களைச் செயல்படுத்தினார். அறிஞர்கள், கவிஞர்கள் மற்றும் கலைஞர்களுக்கு ஆதரவளித்தார். தைமூரிய மறுமலர்ச்சி என்று அழைக்கப்படும் ஒரு காலகட்டத்தை வளர்த்தார்.

தைமூரின் ஆட்சி மதச் சிக்கலால் குறிக்கப்பட்டது. அவர் தன்னை இஸ்லாத்தின் பாதுகாவலராகக் காட்டிக் கொண்டாலும், அவரது வெற்றிகள் பெரும்பாலும் பிற முஸ்லீம் ஆட்சியாளர்களுக்கு எதிரான பிரசாரங்களை உள்ளடக்கியது. இது மத பதற்றங்களுக்கு வழிவகுத்தது.

தைமூரின் மத பக்தி மதரீதியாக வேறுபட்ட பிரதேசங்களை நிர்வகிப்பதற்கான நடைமுறை அணுகுமுறையுடன் இணைந்திருந்தது. அவர் தனது சாம்ராஜ்யத்திற்குள் பல்வேறு நம்பிக்கைகளின் நடைமுறையை அனுமதித்தார். தனது தகவமைப்பு மற்றும் சிக்கலான தன்மையை வெளிப்படுத்தினார்.

தைமூரின் பேரரசு பல்வேறு கலாசாரங்கள், மொழிகள் மற்றும் மதங்களின் கலவையாக இருந்தது. கலாசாரப் பன்முகத்தன்மைக்கான அவரது சகிப்புத்தன்மை அவரது ஆட்சியின் ஒரு தனித்துவமான அம்சமாகும்.

மத்திய ஆசியா, பாரசீகம் மற்றும் தெற்காசியா முழுவதும் ஒரே மாதிரியான தன்மையைத் திணிக்காமல் அல்லது உள்ளூர் அடையாளங்களை அடக்காமல் பல்வேறு மக்களை ஆட்சி செய்யும் தைமூரின் திறன் அவரை அவரது சகாப்தத்தின் பல வெற்றியாளர்களிடமிருந்து வேறுபடுத்திக் காட்டியது.

தைமூரின் பாரம்பரியம் பாராட்டு மற்றும் கண்டனம் ஆகிய இரண்டாலும் குறிக்கப்படுகிறது. அவரது இரக்கமற்ற ராணுவ நடவடிக்கைகள், மிருகத்தனமான தந்திரோபாயங்கள் மற்றும் அட்டூழியங்கள், அவரை ஒரு சர்ச்சைக்குரிய வரலாற்று மதிப்பீட்டிற்கு வழிவகுத்துள்ளன.

தைமூரின் பாரம்பரியம் தொடர்ந்து விவாதத்திற்கும், ஆய்வுக்கும் உட்பட்டது, இது அவரது வரலாற்றுத் தன்மையை வரையறுக்கும் ராணுவ வலிமை மற்றும் கலாசார ஆதரவின் தனித்துவமான கலவையை முன்னிலைப் படுத்துகிறது. தாழ்மையான தொடக்கத்திலிருந்து குறிப்பிடத்தக்க வளர்ச்சி, அவரது

புதுமையான ராணுவ உத்திகள், வெற்றியாளராகவும், கலாசாரப் புரவலராகவும் ஒரே நேரத்தில் அவரது பங்கு, அவரது மத சிக்கல், கலாசாரப் பன்முகத்தன்மைக்கான சகிப்புத்தன்மை மற்றும் சர்ச்சைகளின் நீடித்த பாரம்பரியம் ஆகியவற்றில் தைமூரின் தனித்துவம் உள்ளது. அவரது வாழ்க்கையும், மரபும் எளிதில் வகைப்படுத்தப்படுவதை மீறுகின்றன, இது வரலாற்றில் வேறு எவரையும் போலல்லாமல் ஒரு நபராக அவரை ஆக்குகிறது. அவரது செல்வாக்கு அவர் ஒரு காலத்தில் ஆட்சி செய்து வென்ற பகுதிகளில் தொடர்ந்து உணரப்படுகிறது.

வெற்றி, வணிகம் மற்றும் ஆளுமை

தைமூர் முதன்மையாக ஒரு வெற்றியாளராகவும் ஆட்சியாளராகவும் அறியப்பட்டார். ஆனால் அவரது வாழ்க்கை மற்றும் நடவடிக்கைகள் அவரது பேரரசை வடிவமைப்பதில் குறிப்பிடத்தக்க பங்கு வகித்த வணிக முயற்சிகளையும் உள்ளடக்கியது.

தைமூரின் பொருளாதார முயற்சிகளின் மிக முக்கியமான அம்சங்களில் ஒன்று வரிவிதிப்பு மற்றும் வருவாய் சேகரிப்பு ஆகும். ஓர் ஆட்சியாளராக, அவர் தனது ராணுவப் படையெடுப்புகள் மற்றும் நிர்வாகத்திற்கு நிதியளிக்கத் தனது பரந்த சாம்ராஜ்யத்திற்கு வரி விதிப்பதை நம்பினார்.

தைமூர் தனது சாம்ராஜ்யத்திற்குள் உள்ள பல்வேறு பகுதிகளிலிருந்து வரிகளை மதிப்பிடுவதற்கும், வசூலிப்பதற்கும் பொறுப்பான வரி சேகரிப்பாளர்கள் மற்றும் நிர்வாகிகளை நியமித்தார். இந்த வருவாய் அவரது ராணுவ நடவடிக்கைகள் மற்றும் உள்கட்டமைப்புத் திட்டங்களுக்கு நிதியளிப்பதில் முக்கியமானது.

தைமூரின் வெற்றிகள் அவருக்கும், அவரது பேரரசுக்கும் ஒரு முக்கியமான வருமான ஆதாரமாக இருந்த ஏராளமான செல்வத்தையும், கொள்ளைகளையும் அளித்தன.

நகரங்களையும், பிரதேசங்களையும் கைப்பற்றிய பின்னர், தைமூரும் அவரது படைகளும் தங்கம், வெள்ளி, விலைமதிப்பற்ற நவரத்தினங்கள், கலைப்படைப்புகள் உள்ளிட்ட மதிப்புமிக்க பொக்கிஷங்களைப் பறிமுதல் செய்வார்கள். இந்தச் செல்வங்கள் பின்னர் அவரது வீரர்களுக்குப் பகிரப்பட்டு பேரரசை வளப்படுத்தப் பயன்படுத்தப்பட்டன.

தைமூர் தனது பேரரசின் செழிப்புக்கு வணிகத்தின் முக்கியத்துவத்தை உணர்ந்தார். அவர் வர்த்தகப் பாதைகளை

எளிதாக்கினார். பட்டுப்பாதையில் பொருளாதார நடவடிக்கைகளால் பயனடைந்தார்.

தைமூர் தனது பிரதேசங்கள் வழியாகச் செல்லும் வர்த்தகப் பயணிகளின் பாதுகாப்பை உறுதி செய்தார். வணிகர்களைப் பாதுகாத்தார். வர்த்தகத் தடைகளைக் குறைத்தார். இது பொருளாதார நடவடிக்கைகள் மற்றும் வர்த்தகத்தின் மீதான வரிவிதிப்பு மூலம் வருவாய் ஈட்ட வழிவகுத்தது.

தைமூர் கட்டுமானம் மற்றும் உள்கட்டமைப்புத் திட்டங்களில் பெருமளவில் முதலீடு செய்தார். இது வணிகத்தின் ஒரு வடிவமாகச் செயல்பட்டது மட்டுமல்லாமல், அவரது பேரரசின் பெருமையையும் அதிகரித்தது.

சமர்கந்தில் உள்ள பெரிய மசூதிகள், மதரஸாக்கள் மற்றும் புகழ்பெற்ற ரெகிஸ்தான் சதுக்கம் போன்ற திட்டங்களில் பணியாற்ற தைமூர் கட்டடக் கலைஞர்கள், பொறியாளர்கள் மற்றும் கைவினைஞர்களை நியமித்தார். இந்தத் திட்டங்கள் கணிசமான தொழிலாளர்களை வேலைக்கு அமர்த்தியது மற்றும் உள்ளூர்ப் பொருளாதாரங்களைத் தூண்டியது.

கவிதை, எழுத்து மற்றும் அறிவார்ந்த தேடல்கள் உள்ளிட்ட கலாசாரம் மற்றும் கலைகளுக்கான தைமூரின் ஆதரவு ஒரு துடிப்பான கலாசாரப் பொருளாதாரத்திற்குப் பங்களித்தது.

தைமூரின் அரசவை அறிஞர்கள், கவிஞர்கள், கலைஞர்களை ஈர்த்தது. மேலும் அவர் அவர்களின் படைப்புகளைத் தாராளமாக ஆதரித்தார். பண்பாட்டுப் பொருட்களின் உருவாக்கம் மற்றும் பரிமாற்றம் அவரது பேரரசின் அறிவுசார் மற்றும் கலை நிலப்பரப்பை வளப்படுத்தியது.

அவரது பரந்த சாம்ராஜ்யத்தின் நிர்வாகத்திற்குத் திறமையான மேலாண்மை மற்றும் நிர்வாகம் தேவைப்பட்டது. இது வணிக நடவடிக்கையின் ஒரு வடிவமாகப் பார்க்கப்படலாம்.

தைமூர் ஒரு மையப்படுத்தப்பட்ட நிர்வாக அமைப்பை நிறுவினார். வெவ்வேறு பிராந்தியங்களை மேற்பார்வையிட விசுவாசமான ஆளுநர்களையும், அதிகாரிகளையும் நியமித்தார். வரிவிதிப்பு, வள ஒதுக்கீடு மற்றும் உள்கட்டமைப்பு மேம்பாடு ஆகியவற்றால் அவரது ஆட்சி வகைப்படுத்தப்பட்டது.

வரிவிதிப்பு, வருவாய் சேகரிப்பு, படையெடுப்பு, வர்த்தகம், வணிகம், கட்டுமானம், உள்கட்டமைப்புத் திட்டங்கள், கலாசார

ஆதரவு, நிர்வாகம் ஆகியவற்றை உள்ளடக்கிய தைமூரின் வணிக முயற்சிகள் பன்முகத்தன்மை கொண்டவை.

இந்த நடவடிக்கைகள் அவரது ராணுவப் படையெடுப்புகளுக்கு நிதியளித்தல், அவரது பேரரசைப் பராமரித்தல் மற்றும் அவரது பிராந்தியங்களுக்குள் பொருளாதார செழிப்பை வளர்ப்பதில் முக்கியப் பங்கு வகித்தன. தைமூரின் வணிக அணுகுமுறை, அவரது வெற்றிகளைப் போலவே, அவர் ஆட்சி செய்த பிராந்தியங்களில் நீடித்த தாக்கத்தை ஏற்படுத்தி, அவரது ஆட்சியின் வரலாற்றுப் பாரம்பரியத்திற்குப் பங்களித்தது.

தைமூரின் அழகியல் பார்வை

தைமூர் ஒரு வெற்றியாளர் மட்டுமல்ல, தனித்துவமான அழகியல் உணர்வு கொண்ட கலைகளின் புரவலராகவும் இருந்தார்.

பிரம்மாண்டமான, பிரமிப்பூட்டும் கட்டடக்கலை மீது தைமூருக்கு ஆழ்ந்த அபிமானம் இருந்தது. தனது சாம்ராஜ்யத்தின் பெருமையையும், பண்பாட்டுச் செழுமையையும் பறைசாற்றும் கட்டமைப்புகளை அவர் மதித்தார்.

தைமூர் அற்புதமான கட்டடக்கலை அதிசயங்களின் கட்டுமானத்தை மேற்கொண்டார். அவற்றில் மிகவும் பிரபலமானது சமர்கந்தில் உள்ள ரெகிஸ்தான் சதுக்கமாகும். இந்தச் சதுரத்தில் நுணுக்கமான டைல்ஸ் ஒர்க், வடிவியல் வடிவங்கள் மற்றும் கைரேகை ஆகியவற்றால் அலங்கரிக்கப்பட்ட மூன்று அற்புதமான மதரஸாக்கள் உள்ளன.

ரெகிஸ்தான் சதுக்கத்தில் உள்ள உலுக்பெக் மதரஸா தைமூரின் அழகியல் பார்வையின் உருவகமாகும். இது அதன் அழகாக அலங்கரிக்கப்பட்ட முகப்புக்குப் பெயர் பெற்றது. இது தைமூரிட் டைல்ஸ்வொர்க் மற்றும் வடிவியல் வடிவமைப்புகளைக் காட்சிப்படுத்துகிறது.

அழகியல் உணர்வு

தைமூர் கலாசாரம் மற்றும் கலைகளில் சிறந்து விளங்கியவர். அறிவார்ந்த மற்றும் கலைத் தேடல்களை வளர்ப்பதன் முக்கியத்துவத்தை அவர் உணர்ந்தார்.

தைமூரின் அரசவை கலாசார நடவடிக்கைகளின் மையமாக மாறியது. அறிஞர்கள், கவிஞர்கள் மற்றும் கலைஞர்களை ஈர்த்தது. தைமூரிய மறுமலர்ச்சி என்று அழைக்கப்படும் ஒரு கலாசார மறுமலர்ச்சியை ஊக்குவித்து, அவர்களின் பணியை அவர் தாராளமாக ஆதரித்தார்.

தைமூரின் பேரரசின் அறிவார்ந்த மற்றும் கலை வளர்ச்சியில் முக்கியப் பங்கு வகித்த புகழ்பெற்ற பாரசீகக் கவிஞரும், அறிஞருமான ஹபீஸ்-இ அப்ருவுக்கு தைமூர் நிதியுதவி செய்தார்.

தைமூர் கைரேகை மற்றும் ஒளிரும் கையெழுத்துப் பிரதிகள் மீது ஆழ்ந்த அபிமானம் கொண்டிருந்தார். அழகாக வடிவமைக்கப்பட்ட எழுத்துப் படைப்புகளின் சக்தியைப் புரிந்துகொண்டார்.

தைமூர் நேர்த்தியான கையெழுத்துப் பிரதிகளை உருவாக்கத் தொடங்கினார். அவை பெரும்பாலும் விரிவான கையெழுத்து, அலங்கரிக்கப்பட்ட எல்லைகள் மற்றும் சிக்கலான விளக்கப்படங்களைக் கொண்டுள்ளன.

பாரசீகக் காவியமான ஷஹ்னாமேவின் (மன்னர்களின் புத்தகம்) தைமூரிய கால நகல் ஒளிரும் கையெழுத்துப் பிரதிகள் மீதான தைமூரின் காதலுக்கு ஒரு சான்றாகும். இது பிரமிக்க வைக்கும் கைரேகை மற்றும் துடிப்பான விளக்கப்படங்களைக் கொண்டுள்ளது.

தைமூர் ஆடம்பரமான பொருட்கள் மற்றும் விலைமதிப்பற்ற ரத்தினங்களை விரும்பினார். அத்தகைய பொருட்களின் பயன்பாடு தனது கட்டடக்கலை திட்டங்களின் காட்சி ஈர்ப்பை மேம்படுத்த முடியும் என்று அவர் நம்பினார்.

தைமூரின் கட்டடங்கள் பெரும்பாலும் டர்க்கைஸ் மற்றும் லேபிஸ் லாசுலி போன்ற விலைமதிப்பற்ற பொருட்களை அவற்றின் அலங்காரக் கூறுகளில் இணைத்தன. இது பார்வையில் குறிப்பிடத்தக்க விளைவை உருவாக்கியது.

தைமூரின் இறுதி ஓய்விடமான குர்-இ அமீர் கல்லறை, நீலம் மற்றும் தங்க டைல்ஸ் வேலைப்பாடுகளால் அலங்கரிக்கப்பட்டுள்ளது மற்றும் ஒரு பெரிய பச்சை மாணிக்கக் கல்லறையைக் கொண்டுள்ளது. இது ஒரு இணக்கமான வடிவமைப்பில் விலைமதிப்பற்ற பொருட்களின் பயன்பாட்டைக் காட்டுகிறது.

தைமூர் கட்டடக்கலை வடிவமைப்பில் சமச்சீர் மற்றும் விகிதாச்சாரத்தில் ஆழ்ந்த கண் வைத்திருந்தார். இந்தக் கூறுகள் ஒரு கட்டமைப்பின் ஒட்டுமொத்த நல்லிணக்கத்திற்குப் பங்களித்தன என்று அவர் நம்பினார்.

சமர்கந்தில் உள்ள பீபி-கான்யிம் மசூதி போன்ற தைமூரின் கட்டிடங்கள் சமச்சீர் தளவமைப்புகள் மற்றும் துல்லியமாகக் கணக்கிடப்பட்ட விகிதாச்சாரங்கள் குறித்த அவரது பாராட்டுக்கு எடுத்துக்காட்டு.

பீபி-கானிம் மசூதியின் முகப்பு அதன் பெரிய வளைவு, மினாரங்கள் மற்றும் டைல்ஸ் வேலைப்பாடுகள் ஆகியவற்றால் வகைப்படுத்தப்படுகிறது. இவை அனைத்தும் சமநிலை மற்றும் சமச்சீர் உணர்வை அடையக்கவனமாகவடிவமைக்கப்பட்டுள்ளன. தைமூரின் அழகியல் உணர்வு மகத்தான கட்டிடக்கலை, கலாசார ஆதரவு, ஒளிரும் கையெழுத்துப் பிரதிகள், விலைமதிப்பற்ற பொருட்களின் பயன்பாடு, சமச்சீர் மற்றும் விகிதாச்சாரத்தில் கவனம் செலுத்துதல் ஆகியவற்றால் வகைப்படுத்தப்பட்டது. கலைகள் மற்றும் கட்டிடக்கலையின் புரவலராக அவரது பாரம்பரியம் அவர் ஒரு காலத்தில் ஆட்சி செய்த பிராந்தியங்களின் கலாசாரப் பாரம்பரியத்தைத் தொடர்ந்து செழுமைப்படுத்துகிறது. ஆழமான அழகியல் பார்வையுடன் ஒரு வெற்றியாளராக அவரது நீடித்த செல்வாக்கை வெளிப்படுத்துகிறது.

வெற்றியாளரின் இலகுவான பக்கம்

தைமூரின் கடுமையான மற்றும் வலிமையான வெளிப்புறத்திற்கு அடியில், ஒரு மென்மையான, நகைச்சுவையான பக்கமும் இருந்தன. தைமூரின் நகைச்சுவை உணர்வு குறித்தும், அதை அவர் எவ்வாறு வெளிப்படுத்தினார் என்பது பற்றியும் அவரது புத்திசாலித்தனம் மற்றும் நகைச்சுவைக்கு உரிய எடுத்துக்காட்டுகளையும் இங்குக் காண்போம்.

தைமூர் போரின் போது தனது எதிரிகளை நையாண்டி செய்யக் கிண்டல் மற்றும் கேலிகளைப் பயன்படுத்தினார். விளையாட்டுத்தனமான ஆனால், அர்த்தம் தோனிக்கும் நகைச்சுவை உணர்வை வெளிப்படுத்தினார்.

சில சந்தர்ப்பங்களில், தைமூர் போர்க்களத்தில் தனது எதிரிகளுக்கு அவமானகரமான அல்லது முரண்பாடான செய்திகளை அனுப்புவார். நகைச்சுவையை ஓர் உளவியல் தந்திரமாகப் பயன்படுத்துவார்.

பொ.யு.1402ம் ஆண்டில் அங்காரா போரின் போது, தைமூர், தோற்கடிக்கப்பட்ட ஒட்டோமான் சுல்தான் முதலாம் பயேசித்தைக் கைப்பற்றிய பின்னர் “நான் ஒரு சுல்தானுடன் போரிட வந்தேன். ஓர் அடிமையைப் பிடிக்க அல்ல” என்று கூறினார்.

தைமூர் நடைமுறை நகைச்சுவைகள் மற்றும் குறும்புகளை அனுபவிப்பதாக அறியப்பட்டார். பெரும்பாலும் தனது தோழர்களை மகிழ்விக்க இலகுவான குறும்புகளில் ஈடுபட்டார்.

இந்தக் குறும்புகளில் அவரது தோழர்கள், அதிகாரிகள் மீதான விளையாட்டுத்தனமான ஏமாற்று வேலைகள் மற்றும் தந்திரங்கள் அடங்கும். இது போர்க்களத்திற்கு வெளியே அவரது நகைச்சுவை ஆர்வத்தை வெளிப்படுத்தியது.

தைமூர் ஒருமுறை தனது ராணுவத் தளபதிகளை ஏமாற்றப் பிச்சைக்காரரர் போல் வேடமிட்டு அவர்களின் முகாமை அணுகி, குறும்பு செய்தார். பின்னர் தனது உண்மையான அடையாளத்தை வெளிப்படுத்தினார்.

தைமூர் கவிதை மற்றும் இலக்கியத்தின் புரவலராக இருந்தார். எப்போதாவது சில நபர்களை அல்லது சூழ்நிலைகளை நகைச்சுவையாக விமர்சிக்கும் நையாண்டி கவிதைகளை எழுதினார்.

தைமூர் தனது நையாண்டிக் கவிதைகள் மூலம், வாழ்க்கை, தனது சொந்த ஆட்சியின் பல்வேறு அம்சங்கள் குறித்த தனது புத்திசாலித்தனத்தையும், வர்ணனையையும் வெளிப்படுத்தினார்.

தைமூரின் நகைச்சுவை கவிதைகள் பெரும்பாலும் குறிப்பிட்ட நபர்களைக் குறிவைக்கின்றன. ஒரு கவிதையில், போட்டியாளரின் திறமையின்மையைப் பற்றி நகைச்சுவையாகக் குறிப்பிட்டு, அவரது விமர்சனத்திற்கு வலு சேர்த்தார்.

தைமூர் பன்கள் மற்றும் வார்த்தை விளையாட்டுகளைப் பாராட்டினார். அவற்றை அடிக்கடி தனது உரையாடல்கள் மற்றும் உரைகளில் இணைத்தார்.

அவரது மொழித்திறனையும், புத்திசாலித்தனமான வார்த்தை விளையாட்டுக்களையும் அவர் பயன்படுத்தியது அவரது உரையாடல்களில் நெகிழ்ச்சியான தருணங்களை வழங்கியது.

தைமூர் விவாதங்களின் போது வார்த்தை விளையாட்டில் ஈடுபடுவதாக அறியப்பட்டது. புத்திசாலித்தனமான மற்றும் நகைச்சுவையான வார்த்தைகளை அவர் பயன்படுத்துவது முறையான கூட்டங்களில் மனநிலையை இலகுவாக்கும்.

தைமூர் சிரித்த நிகழ்வுகளைப் பல வரலாற்றுக் குறிப்புகள் நிகழ்வுகள் மூலம் விவரிக்கின்றன. அன்றாடச் சூழ்நிலைகளில் நகைச்சுவையைக் கண்டறியும் அவரது திறனைக் காட்டுகின்றன.

தைமூரின் இதயப்பூர்வமான சிரிப்பு அவரது மகிழ்ச்சி பொழுதுபோக்கின் வெளிப்பாடாக இருந்தது. ஒரு வெற்றியாளர் கூட வாழ்க்கையின் இலகுவான பக்கத்தைப் பாராட்ட முடியும் என்பதை நிரூபித்தது.

தைமூர் தனது பேரக்குழந்தைகளின் குறும்புத்தனங்களைப் பார்த்து அல்லது அவரது அரசவை உறுப்பினர்களின் புத்திசாலித்தனமான கேலிக்கூத்துகளைக் கண்டு மனதார சிரித்த பதிவுகள் உள்ளன. இது அவரது உண்மையான நகைச்சுவை அனுபவத்தை எடுத்துக்காட்டுகிறது. தைமூரின் நகைச்சுவை உணர்வு, பெரும்பாலும் ஒரு வெற்றியாளர் என்ற நற்பெயருக்குப் பின்னால் மறைந்திருக்கிறது. அவரது ஆளுமையின் மிகவும் மனிதாபிமான மற்றும் அணுகக்கூடிய பக்கத்தை வெளிப்படுத்துகிறது.

போரில் கேலி, கிண்டல்கள், நடைமுறை நகைச்சுவைகள், நையாண்டிக் கவிதைகள், கேலிக் கவிதைகள் அல்லது சிரிப்பு நிகழ்வுகள் மூலம், தைமூரின் புத்திசாலித்தனமும், நகைச்சுவையும் பொறுப்புகளின் சுமை இருந்தபோதிலும், கேலியின் மதிப்பை உணரக்கூடிய ஒரு ஆட்சியாளரின் நுணுக்கமான கண்ணோட்டத்தை வழங்குகின்றன.

8

தைமூரின் கூர்மையான விமர்சனச் சிந்தனை

தைமூர், தனது ராணுவ வெற்றிகளுக்கும், மூலோபாய புத்திசாலித்தனத்திற்கும் பெயர் பெற்றவர். அவரது வெற்றிக்கு மையமாக இருந்தது அவரது தீவிரமான விமர்சனச் சிந்தனை உணர்வு. இது சூழ்நிலைகளைப் பகுப்பாய்வு செய்யவும், தகவலறிந்த முடிவுகளை எடுக்கவும், தனது எதிரிகளை மிஞ்சவும் அவருக்கு உதவியது.

தைமூரின் ராணுவப் படையெடுப்புகள் துல்லியமான திட்டமிடல், எதிரிகளின் பலம் மற்றும் பலவீனங்களைக் கவனமாக மதிப்பீடு செய்தல் மற்றும் மூலோபாய தகவமைப்பு ஆகியவற்றால் நடத்தப்பட்டன.

பொ.யு.1402ம் ஆண்டில் அங்காரா போர் போன்ற தைமூரின் ராணுவ வெற்றிகளைப் பற்றிக் குறிப்பிடலாம். அங்கு அவர் ஒட்டோமான் பலவீனங்களைப் பயன்படுத்திக் கொண்டார். சுல்தான் முதலாம் பயேசித்தின் அடாவடித்தனமான நடவடிக்கைகளை மூலதனமாக்கினார். அது போர்க்களத்தில் அவரது விமர்சனச் சிந்தனையை வெளிப்படுத்தியது.

தனது படைகள் பலவீனமாகத் தோன்றுவதற்குத் தைமூரின் முடிவு, பயேசித்தை அவசரத் தாக்குதலுக்கு இட்டுச் சென்றது. இறுதியில் ஒட்டோமான் சுல்தானின் தோல்விக்கு வழிவகுத்தது.

சூழ்ச்சிகள், ஏமாற்று வேலைகளில் தைமூர் கைதேர்ந்தவர். தனது எதிரிகளைக் குழப்புவதற்கும் முறியடிப்பதற்கும் அவர் திடீர்த் தாக்குதல்கள் மற்றும் பின்வாங்குதல் ஆகியவற்றைப் பயன்படுத்தினார்.

பொ.யு.1395ம் ஆண்டில் கார்ஸ் போரின் போது அவர் பின்வாங்கியது போன்ற தைமூர் ஏமாற்றுத்தனத்தைப் பயன்படுத்தியது, போர்க்களத் தந்திரங்களைப் பற்றி விமர்சன ரீதியாகச் சிந்திக்கும் அவரது திறனை எடுத்துக்காட்டியது.

கார்ஸில், தைமூர் பின்வாங்குவது போல் நடித்து, தன்னைப் பின்தொடர எதிரணியினரை ஈர்த்தார். எதிரியின் ஆதிக்கம் அதிகரித்தவுடன், அவர்களின் பலவீனத்தைப் பயன்படுத்திப் பேரழிவுகரமான எதிர்த்தாக்குதல் ஒன்றைத் தொடங்கினார்.

தைமூர் ஓர் ராணுவ மூலோபாயவாதி மட்டுமல்ல, ஒரு திறமையான ராஜதந்திரியும்கூட. கூட்டணிகளைப் பாதுகாப்பதற்கும், சாத்தியமான அச்சுறுத்தல்களை மதிப்பிடுவதற்கும், சாதகமான நிபந்தனைகளைப் பேச்சுவார்த்தையில் நடத்துவதற்கும் அவர் ராஜதந்திரத்தைப் பயன்படுத்தினார்.

தூதர்களை அனுப்புவது மற்றும் அண்டை ஆட்சியாளர்களுடன் கடிதப் போக்குவரத்தில் ஈடுபடுவது போன்ற தைமூரின் ராஜதந்திரச் சூழ்ச்சிகள் புவிசார் அரசியல் இயக்கவியல் குறித்த அவரது விமர்சன மதிப்பீட்டை நிரூபித்தன.

எகிப்தில் உள்ள மம்லுக் சுல்தானகத்துடன் தைமூரின் ராஜதந்திரம், பேச்சுவார்த்தைகள் மற்றும் கூட்டணிகளை உள்ளடக்கியது. மற்ற திசைகளில் தனது படையெடுப்புகளில் கவனம் செலுத்தும்போது தெற்கு முனையைப் பாதுகாக்க அவருக்கு உதவியது.

தைமூர் தனது பரந்த சாம்ராஜ்யத்தைத் திறம்பட நிர்வகிக்கப் பயனுள்ள நிர்வாகம் மற்றும் நிர்வாகச் சீர்திருத்தங்களின் அவசியத்தை உணர்ந்தார்.

தைமூரின் நிர்வாகக் கட்டமைப்புகள், வரி முறைகள் மற்றும் திறமையான ஆளுநர்களை நியமித்தல் ஆகியவை அரசாட்சியில் அவரது விமர்சனச் சிந்தனையைப் பிரதிபலித்தன.

தைமூர் தனது சாம்ராஜ்யத்திற்குள் உள்ள பல்வேறு பகுதிகளை மேற்பார்வையிட விசுவாசமான, திறமையான அதிகாரிகளை நியமித்தார். திறமையான நிர்வாகத்தையும், வரி வசூலையும் உறுதி செய்தார்.

கலாசாரம், கலைகளுக்கான தைமூரின் ஆதரவு விசுவாசத்தை வளர்ப்பதற்கும், பகிரப்பட்ட கலாசாரக் கூறுகள் மூலம் தனது பன்முகச் சாம்ராஜ்ஜியத்தை ஒன்றிணைப்பதற்குமான ஒரு முடிவாகும்.

அறிஞர்கள், கவிஞர்கள் மற்றும் கலைஞர்களுக்குத் தைமூரின் அனுசரணை அவரது ராஜ்ஜியத்திற்குள் கலாசாரம் எவ்வாறு ஒருங்கிணைக்கும் சக்தியாக இருக்க முடியும் என்பது குறித்த அவரது விமர்சனச் சிந்தனைக்கு எடுத்துக்காட்டாக இருந்தது.

பீபி-கானிம் மசூதி, ரெகிஸ்தான் சதுக்கம் போன்ற பிரமாண்டமான கட்டடக்கலை அதிசயங்கள் தைமூரின் கட்டுமானம், அவரது பேரரசின் செழிப்பு, பிரமாண்டத்தை வெளிப்படுத்துவதன் மூலம் கலாசார மற்றும் மூலோபாய நோக்கங்களுக்குச் சேவை செய்தது.

தைமூரின் விமர்சனச் சிந்தனை உணர்வு அவரது ராணுவ உத்திகள், சூழ்ச்சிகள், ராஜதந்திரக் கணக்கீடுகள், நிர்வாகச் சீர்திருத்தங்கள் மற்றும் கலாசார ஆதரவு ஆகியவற்றில் தெளிவாகத் தெரிந்தது. சூழ்நிலைகளை மதிப்பிடுவதற்கும், மாறிவரும் சூழ்நிலைகளுக்கு ஏற்ப தகவமைத்துக் கொள்வதற்கும், தகவலறிந்த முடிவுகளை எடுப்பதற்குமான அவரது திறன் ஒரு வெற்றியாளராகவும், ஆட்சியாளராகவும் அவரது வெற்றிக்குக் கணிசமாகப் பங்களித்தது.

ஒரு விமர்சனச் சிந்தனையாளராகத் தைமூரின் பாரம்பரியம் தொடர்ந்து ஆய்வு செய்யப்பட்டுப் பாராட்டப்படுகிறது. இது வரலாற்றில் அவரது நீடித்த தாக்கத்தை அடிக்கோடிட்டுக் காட்டுகிறது.

தைமூரின் படைப்புப் பார்வை

தைமூர், தனது ராணுவ வெற்றிகளுக்குப் புகழ்பெற்றவர். அவரது படைப்பு உணர்வு, கலாசார ஆதரவு அவரது பேரரசின் கலை மற்றும் அறிவுசார் நிலப்பரப்பை வடிவமைப்பதில் குறிப்பிடத்தக்க பங்கைக் கொண்டிருந்தது.

தைமூர் கட்டடக்கலையில் தொலைநோக்குப் பார்வைகொண்ட அணுகுமுறையைக் கொண்டிருந்தார். தனது பேரரசின் சக்தியையும், கலாசாரச் செழுமையைப் பிரதிபலிக்கும் பிரமாண்டமான, கம்பீரமான கட்டமைப்புகளை உருவாக்கினார்.

தைமூர் சிக்கலான டைல்ஸ் வேலை, வடிவங்கள் மற்றும் கைரேகை ஆகியவற்றில் கவனம் செலுத்தி, புகழ்பெற்ற கட்டடக்கலை அதிசயங்களின் கட்டுமானத்தைத் தொடங்கினார்.

சமர்கந்தில் உள்ள ரெகிஸ்தான் சதுக்கம், அற்புதமான வேலைப்பாடுகள், பிரமாண்ட வளைவுகளால் அலங்கரிக்கப்பட்ட மூன்று மதரஸாக்களைக் கொண்டுள்ளது.

இது கட்டடக்கலை சிறப்பிற்கான தைமூரின் படைப்புப் பார்வையை வெளிப்படுத்துகிறது.

தைமூர் தனது பேரரசின் கலாசாரப் பாரம்பரியத்தை வளப்படுத்துவதில் இலக்கியம், கவிதை, புலமை ஆகியவற்றின் மதிப்பை அங்கீகரித்து ஒரு கலாசார மறுமலர்ச்சியை வளர்த்தார்.

தைமூரின் அரசவை அறிவார்ந்த மற்றும் கலை நடவடிக்கைகளின் மையமாக மாறியது. அறிஞர்கள், கவிஞர்கள், கலைஞர்களை ஈர்த்தது, அவர்களுக்கு அவர் தாராளமாக ஆதரவளித்தார்.

தைமூரின் அனுசரணையுடன் பாரசீகக் கவிஞரும், அறிஞருமான ஹாபிஸ்-இ-அப்ரு இக்காலத்தில் பாரசீக இலக்கியம் மற்றும் வரலாற்றியலுக்குக் குறிப்பிடத்தக்கப் பங்களிப்பை வழங்கினார்.

ஒளிரும் கையெழுத்துப் பிரதிகள், கைரேகைகளின் அழகைப் பாராட்டிய தைமூர், பெரும்பாலும் நேர்த்தியாக வடிவமைக்கப்பட்ட படைப்புகளை நியமித்தார்.

ஒளிரும் கையெழுத்துப் பிரதிகளுக்கு தைமூரின் ஆதரவு சிக்கலான கையெழுத்து, எல்லைகள் மற்றும் விளக்கப்படங்களுடன் பிரமிக்கத்தக்க வகையில் அலங்கரிக்கப்பட்ட புத்தகங்களை உருவாக்க வழிவகுத்தது.

அலங்கரிக்கப்பட்ட கையெழுத்து,துடிப்பான விளக்கப்படங்களைக் கொண்ட ஷானாமேவின் (மன்னர்களின் புத்தகம்) தைமூரிய கால நகல், இலக்கியம் மற்றும் கலை மரபுகளைப் பாதுகாப்பதில் தைமூரின் உறுதிப்பாட்டை எடுத்துக்காட்டுகிறது.

தைமூரின் படைப்பு பார்வை கட்டடக்கலை மற்றும் அலங்காரக் கூறுகளில் டர்க்கைஸ், லாபிஸ் லாசுலி போன்ற விலைமதிப்பற்ற பொருட்களைப் பயன்படுத்துவதில் விரிவடைந்தது.

தைமூரின் கட்டடங்கள் இந்தப் பொருட்களை இணைத்துப் பார்வைக்கு ஈர்க்கக் கூடிய ஆடம்பரமான கட்டமைப்பை உருவாக்கின.

சிக்கலான நீல வண்ணம், தங்க வேலைப்பாடுகளால் அலங்கரிக்கப்பட்ட குர்-இ அமீர் கல்லறை, கட்டடக்கலை வடிவமைப்பில் விலைமதிப்பற்ற பொருட்களின் தைமூரின் ஆக்கப்பூர்வமான பயன்பாட்டைப் பிரதிபலிக்கிறது.

தைமூர் கட்டடக்கலை வடிவமைப்பில் சமச்சீர் மற்றும் விகிதாச்சாரத்தின் மீது ஒரு கண் வைத்திருந்தார். இது அவரது கட்டமைப்புகளின் ஒட்டுமொத்த இணக்கத்திற்குப் பங்களித்தது.

சமர்கந்தில் உள்ள பீபி-கானிம் மசூதி போன்ற தைமூரின் கட்டிடங்கள் சமநிலை மற்றும் விகிதாச்சாரத்திற்கான அவரது ஆக்கப்பூர்வமான தேடலை நிரூபிக்கின்றன.

மசூதியின் முகப்பு, அதன் பிரமாண்டமான வளைவு, மினாரங்கள் மற்றும் நுணுக்கமாக வடிவமைக்கப்பட்ட வேலைப்பாடுகள் ஆகியவற்றைக் கொண்டுள்ளது. இது கட்டடக்கலை நல்லிணக்கத்தில் தைமூரின் முக்கியத்துவத்தைக் காட்டுகிறது.

தைமூர் தனது பன்முகச் சாம்ராஜ்ஜியத்திற்குள் ஒற்றுமையை வளர்ப்பதிலும், பகிரப்பட்ட கலாசார அடையாளத்தை ஊக்குவிப்பதிலும் கலாசாரத்தின் சக்தியை அங்கீகரித்தார்.

தைமூரின் கட்டடக்கலை மற்றும் கலை முயற்சிகள் படைப்பு வெளிப்பாடுகளாக மட்டுமல்லாமல், அவரது பேரரசின் கலாசாரச் செழுமையின் ஒருங்கிணைக்கும் சின்னங்களாகவும் செயல்பட்டன.

தைமூரின் நினைவுச்சின்னக் கட்டமைப்புகள் மற்றும் கலாசார ஆதரவின் கட்டுமானம் தனது குடிமக்களிடையே பகிரப்பட்ட கலாசாரப் பெருமை உணர்வை உருவாக்குவதை நோக்கமாகக் கொண்டது. ஒற்றுமையை வளர்ப்பதை நோக்கமாகக் கொண்டது.

தைமூரின் படைப்பு உணர்வு கட்டடக்கலை குறித்த அவரது தொலைநோக்கு அணுகுமுறை, கலாசார ஆதரவு, ஒளிரும் கையெழுத்துப் பிரதிகள், விலைமதிப்பற்ற பொருட்களின் பயன்பாடு, சமச்சீர் மற்றும் விகிதாச்சாரத்திற்கு முக்கியத்துவம், கலாசார ஒற்றுமையை வளர்ப்பதில் அவரது பங்கு ஆகியவற்றில் பிரதிபலித்தது.

ஒரு படைப்பாற்றல் தொலைநோக்கு பார்வையாளராக அவரது பாரம்பரியம் அவர் ஒரு காலத்தில் ஆட்சி செய்த பிராந்தியங்களின் கலை மற்றும் அறிவுசார் பாரம்பரியத்தைத் தொடர்ந்து வளப்படுத்துகிறது. இது அவரை ஒரு வெற்றியாளராக மட்டுமல்லாமல் அவரது சகாப்தத்தின் குறிப்பிடத்தக்கக் கலாசாரப் புரவலராகவும் உருவாக்கியது.

தைமூரின் கலைப் பார்வை

தைமூர், தனது ராணுவ வெற்றிகள் மற்றும் சாம்ராஜ்ஜியத்தைக் கட்டியெழுப்புவதற்காக அடிக்கடி கொண்டாடப்படுகிறார். ஆனால், அவரது கலை உணர்வு மற்றும் கலைகளின் ஆதரவும் வரலாற்றில் குறிப்பிடத்தக்க அடையாளத்தை விட்டுச்சென்றது. தைமூரின் கலை உணர்வைக் குறித்து ஆராய்ந்து, அதை அவர் எவ்வாறு வெளிப்படுத்தினார் என்பது பற்றியும் கலை மற்றும்

கலாசாரத்திற்கு அவரது பங்களிப்புகளுக்குச் சில சான்றுகளையும் இங்குக் காண்போம்.

தைமூர் கட்டடக்கலை அழகு மற்றும் பிரம்மாண்டத்தின் மீது ஆழ்ந்த அபிமானம் கொண்டிருந்தார். தனது பேரரசின் கலாசாரச் செழுமையை வெளிப்படுத்தும் கட்டமைப்புகளை விரும்பினார்.

சிக்கலான வேலைப்பாடுகள், வடிவங்கள் மற்றும் கைரேகை ஆகியவற்றால் வகைப்படுத்தப்பட்ட தனித்துவமான கட்டடக்கலை அதிசயங்களின் கட்டுமானத்தைத் தைமூர் தொடங்கினார்.

சமர்கந்தில் உள்ள பீபி-கானிம் மசூதி, அதன் அற்புதமான நீலக் குவிமாடங்கள், பிரமாண்டமான நுழைவாயில் மற்றும் விரிவான வேலைப்பாடுகள் ஆகியவற்றைக் கொண்டுள்ளது. இது கட்டடக்கலையில் தைமூரின் கலைப் பார்வைக்கு ஒரு சான்றாகும்.

தைமூர் தனது பேரரசின் பாரம்பரியத்தை வளப்படுத்துவதில் கலாசாரம், இலக்கியம் மற்றும் புலமை ஆகியவற்றின் முக்கியத்துவத்தை உணர்ந்தார்.

தைமூரின் அரசவை அறிவார்ந்த மற்றும் கலை நடவடிக்கைகளின் செழிப்பான மையமாக மாறியது. அறிஞர்கள், கவிஞர்கள் மற்றும் கலைஞர்களை ஈர்த்தது. அவர்களுக்கு அவர் தாராளமாக நிதி அளித்தார்.

புகழ்பெற்ற பாரசீகக் கவிஞரும், தைமூரின் ஆதரவாளருமான ஹாபிஸ்-இ அப்ரு, இந்தக் காலகட்டத்தில் பாரசீக இலக்கியத்திற்குக் குறிப்பிடத்தக்கப் பங்களிப்பை வழங்கினார்.

தைமூர் ஒளிமயமான கையெழுத்துப் பிரதிகள் மற்றும் கையெழுத்துகள் மீது ஆழ்ந்த அழகியல் அபிமானத்தைக் கொண்டிருந்தார். எழுதப்பட்ட படைப்புகளின் அழகை மதிப்பிட்டார்.

ஒளிரும் கையெழுத்துப் பிரதிகளுக்கு தைமூரின் ஆதரவு அலங்கரிக்கப்பட்ட கையெழுத்து, எல்லைகள் மற்றும் விளக்கப்படங்களுடன் நுட்பமாக வடிவமைக்கப்பட்ட புத்தகங்களை உருவாக்க வழிவகுத்தது.

சிக்கலான கையெழுத்து மற்றும் துடிப்பான விளக்கப்படங்களால் அலங்கரிக்கப்பட்ட ஷானாமேவின் (மன்னர்களின் புத்தகம்) தைமூரிய கால நகல், இலக்கிய மற்றும் கலை மரபுகளைப் பாதுகாப்பதில் தைமூரின் உறுதிப்பாட்டைப் பிரதிபலிக்கிறது.

தைமூரின் கலைப் பார்வை கட்டடக்கலை மற்றும் அலங்காரக் கூறுகளில் தங்கம் போன்ற விலைமதிப்பற்ற பொருட்களைப் பயன்படுத்துவதில் விரிவடைந்தது.

தைமூரின் கட்டடங்கள் இந்தப் பொருட்களை இணைத்து, பார்வைக்கு அதிர்ச்சியூட்டும் மற்றும் ஆடம்பரமான விளைவுகளை உருவாக்குகின்றன.

குர்-இ அமீர் கல்லறை, தங்கத்தாலும், பெரிய பச்சை மாணிக்கத்தாலும், நீல நிறத்துடனும் அமைக்கப்பட்டது. இது கட்டடக்கலை வடிவமைப்பில் விலைமதிப்பற்ற பொருட்களின் தைமூரின் கலை பயன்பாட்டைக் காட்டுகிறது.

தைமூர் கட்டடக்கலை வடிவமைப்பில் சமச்சீர் மற்றும் விகிதாச்சாரத்தின் அழகியலில் ஆழ்ந்த கண் வைத்திருந்தார். இது அவரது கட்டமைப்புகளின் ஒட்டுமொத்த இணக்கத்திற்குப் பங்களித்தது.

குர்-இ அமீர் கல்லறை போன்ற தைமூரின் கட்டடங்கள் சமநிலை மற்றும் விகிதாச்சாரத்திற்கான அவரது கலை ஆர்வத்தை நிரூபிக்கின்றன.

கல்லறையின் முகப்பு, அதன் நுட்பமாக வடிவமைக்கப்பட்ட கட்டடக்கலை கூறுகளைக் கொண்டுள்ளது. பிற மதக் கூறுகளை உள்ளடக்கிய அழகியல் தன்மை இதில் காணப்பட்டது. இது கட்டடக்கலை நல்லிணக்கத்தில் தைமூரின் வலியுறுத்தலுக்கு எடுத்துக்காட்டு ஆகும்.

தைமூர் தனது பன்முகச் சாம்ராஜ்ஜியத்தை ஒருங்கிணைப்பதில் கலாசாரத்தின் சக்தியை அங்கீகரித்தார். பகிரப்பட்ட கலாசார அடையாளத்தை வளர்த்தார்.

தைமூரின் கட்டடக்கலை மற்றும் கலை முயற்சிகள் அவரது குடிமக்களிடையே கலாசாரப் பெருமை மற்றும் ஒற்றுமையின் சின்னங்களாகச் செயல்பட்டன.

தைமூர் தனது பேரரசின் மக்களிடையே பகிரப்பட்ட கலாசாரப் பாரம்பரிய உணர்வை உருவாக்குவதை நோக்கமாகக் கொண்ட பிரம்மாண்டமான நினைவுச்சின்னங்களைக் கட்டினார். ஒற்றுமையை ஊக்குவித்தார். தைமூரின் கலை உணர்வு கட்டடக்கலை அழகைப் பாராட்டுதல், கலாசாரம் மற்றும் கலைகளை ஆதரித்தல், ஒளிரும் கையெழுத்துப் பிரதிகள் மற்றும் கையெழுத்துகளுக்கு அவர் அளித்த ஆதரவு, விலைமதிப்பற்ற பொருட்களைப் பயன்படுத்துதல் மற்றும் கட்டடக்கலை

வடிவமைப்பில் சமச்சீர் மற்றும் விகிதாச்சாரத்திற்கு அவர் அளித்த முக்கியத்துவம் ஆகியவற்றில் தெளிவாகத் தெரிந்தது.

அவரது கலை பங்களிப்புகள் அவர் ஒரு காலத்தில் ஆட்சி செய்த பிராந்தியங்களின் கலாசார மற்றும் கலை பாரம்பரியத்தைத் தொடர்ந்து வளப்படுத்துகின்றன. இது அவரை ஒரு வெற்றியாளராக மட்டுமல்லாமல் அவரது சகாப்தத்தில் கலைகளின் குறிப்பிடத்தக்கப் புரவலராகவும் நிறுவியது.

9

தைமூரின் தேசபக்தி

தைமூர் ஒரு புகழ்பெற்ற ஆட்சியாளராக இருந்தார். அவர் தனது தாயகத்துடன் ஆழமாக இணைக்கப்பட்டார். வலுவான தேசபக்தி உணர்வை வெளிப்படுத்தினார். தைமூரின் தேசபக்தி உணர்வைப் பற்றி இங்கு ஆராய்வோம். அதை அவர் எவ்வாறு வெளிப்படுத்தினார் என்பது குறித்தும் அவரது தாய்நாட்டின் மீதான அன்பை வெளிப்படுத்திய விதத்துக்குச் சில எடுத்துக்காட்டுகளையும் இங்குப் பார்ப்போம்.

தைமூரின் ஆரம்பக்கால ராணுவ நடவடிக்கைகள் பெரும்பாலும் வெளிப்புற அச்சுறுத்தல்களுக்கு எதிராக அவரது தாயகமான டிரான்சோக்ஸியானாவை (தற்கால உஸ்பெகிஸ்தான் மற்றும் சுற்றியுள்ள பகுதிகள்) பாதுகாப்பதை நோக்கமாகக் கொண்டிருந்தன.

டிரான்சோக்ஸியானாவைப் பாதுகாப்பதற்கான தைமூரின் உறுதிப்பாடு சகதாய் கானேட் மற்றும் பிற படைகளுக்கு எதிரான அவரது வெற்றிகரமான படையெடுப்புகளில் தெளிவாகத் தெரிந்தது.

பொ.யு.1370ம் ஆண்டில் சுபான் போரில் சகாதாய் கானேட்டுக்கு எதிரான தைமூரின் தீர்க்கமான வெற்றி, வெளிப்புற ஆக்கிரமிப்பிலிருந்து தனது தாயகத்தைப் பாதுகாப்பதற்கான அவரது உறுதிப்பாட்டைக் காட்டியது.

தனது சாம்ராஜ்யத்தின் தலைநகரான சமர்கந்த் மீது தைமூரின் அன்பு ஆழமானது. சமர்கந்தை தனது ஆட்சியின் அடையாளமாகவும், தனது பேரரசின் கலாசார இதயமாகவும் மாற்ற அவர் உறுதியாக இருந்தார்.

தைமூர் சமர்கந்தின் புனரமைப்பு, அழகுபடுத்துதல், அற்புதமான கட்டமைப்புகள், நினைவுச்சின்னங்களைக் கட்டுதல் உள்ளிட்ட ஒரு விரிவான பிரசாரத்தை மேற்கொண்டார்.

சமர்கந்தில் உள்ள ரெகிஸ்தான் சதுக்கம், அதன் மூன்று பெரிய மதரஸாக்கள் சிக்கலான வேலைப்பாடுகள் மற்றும் வடிவியல் வடிவமைப்புகளால் அலங்கரிக்கப் பட்டுள்ளன. இது தனது அன்புக்குரிய நகரத்தின் கலாசார மற்றும் கட்டடக்கலை முக்கியத்துவத்தை உயர்த்துவதற்கான தைமூரின் உறுதிப்பாட்டைப் பிரதிபலிக்கிறது.

தைமூர் தனது தாயகத்தில் உள்ள உள்ளூர்க் கைவினைஞர்கள் மற்றும் கைவினைஞர்களின் திறமைகளை அங்கீகரித்து, அவர்களின் பணிகளைத் தீவிரமாக ஆதரித்தார்.

உள்ளூர்க் கலைஞர்கள் மற்றும் கைவினைஞர்களுக்குத் தைமூரின் ஆதரவு டிரான்சோக்ஸியானாவில் கலை மற்றும் கலாசாரத்தின் செழிப்புக்குப் பங்களித்தது.

தைமூர் சமர்கந்தில் குர்-இ அமீர் கல்லறையைக் கட்டுவதற்கு நிதியுதவி செய்தார். உள்ளூர்க் கைவினைஞர்களை வேலைக்கு அமர்த்தினார். தனது தாயகத்தின் கலை மற்றும் கட்டடக்கலைத் திறனை வெளிப்படுத்தினார்.

தைமூர் உஸ்பெகிஸ்தானுடன் இணைத்து அடையாளம் காணப்பட்டார். அதை ஊக்குவிக்கவும், பாதுகாக்கவும் நடவடிக்கை எடுத்தார்.

உஸ்பெக் அடையாளத்தின் கீழ் டிரான்சோக்ஸியானாவில் உள்ள பல்வேறு துருக்கிய மற்றும் பாரசீக மொழி பேசும் குழுக்களை ஒன்றிணைக்க தைமூரின் முயற்சிகள் ஒற்றுமை மற்றும் தேசபக்தி உணர்வை வளர்ப்பதில் முக்கியப் பங்கு வகித்தன.

பல்வேறு இன மற்றும் மொழி சமூகங்களை ஓர் ஒருங்கிணைந்த உஸ்பெக் அடையாளமாக ஒன்றிணைப்பதில் தைமூரின் பங்கு பிராந்தியத்தின் நீண்டகாலக் கலாசார மற்றும் தேசிய அடையாளத்திற்குப் பங்களித்தது.

தைமூர் தனது தாயகத்தின் கலாசாரம், மத மரபுகளை மதித்தார். இது இஸ்லாம் மற்றும் உள்ளூர் பழக்கவழக்கங்களின் தொடர்ச்சியான நடைமுறையை அனுமதித்தது.

உள்ளூர் மரபுகள் மற்றும் நம்பிக்கைகளுக்குத் தைமூரின் சகிப்புத்தன்மை டிரான்சோக்ஸியானாவின் ஸ்திரத்தன்மை மற்றும் ஒற்றுமைக்குப் பங்களித்தது.

தைமூர் ராணுவப் படையெடுப்புகள் இருந்தபோதிலும், தனது பேரரசுக்குள் பல்வேறு நம்பிக்கைகளைப் பின்பற்ற அனுமதித்தார். தனது தாயகத்தின் கலாசார மற்றும் மத பன்முகத்தன்மையைப் பாதுகாத்தார். தைமூரின் தேசபக்தி உணர்வு அவரது தாய்நாடான டிரான்சோக்ஸியானாவின் மீதான அவரது அன்பில் ஆழமாக வேரூன்றியிருந்தது.

வெளிப்புற அச்சுறுத்தல்களிலிருந்து டிரான்சோக்ஸியானாவைப் பாதுகாத்தல், சமர்கந்தின் மறுசீரமைப்பு, உள்ளூர்க் கைவினைஞர்களுக்கான ஆதரவு, உஸ்பெகிஸ்தான் அடையாளத்தை ஊக்குவித்தல் மற்றும் உள்ளூர் பாரம்பரியங்களுக்கு மரியாதை அளித்தல் உள்ளிட்ட அவரது நடவடிக்கைகள், அவரது தாயகத்தின் நலன் மற்றும் கலாசாரச் செழுமைக்கான அவரது உறுதிப்பாட்டை எடுத்துக்காட்டுகின்றன. தாயகத்தின் மீது ஆழ்ந்த அன்பு கொண்ட ஒரு வெற்றியாளராகத் தைமூரின் பாரம்பரியம் தற்கால மத்திய ஆசிய நாடுகளில் தொடர்ந்து கொண்டாடப் படுகிறது.

தைமூரின் உளவியல் அணுகுமுறை

தைமூர் ஒரு சிறந்த ராணுவ கட்டமைப்பாளர் மட்டுமல்ல, உளவியலிலும் தேர்ச்சி பெற்றவர். மனித உளவியலைப் பற்றிய அவரது புரிதல் அவரது ராணுவப் பிரசாரங்கள் மற்றும் நிர்வாகத்தில் முக்கியப் பங்கு வகித்தது.

தைமூர் போருக்கு முன்னும் பின்னும் தனது எதிரிகளைப் பயமுறுத்தவும், விரக்தியடையவும் உளவியல் தந்திரங்களைப் பயன்படுத்தினார்.

காட்டுமிராண்டித்தனம் மற்றும் இரக்கமற்ற தந்திரங்களுக்கான தைமூரின் நற்பெயர் அவருக்கு முன்பே இருந்தது. இது அவரது எதிரிகளிடையே ஓர் அச்ச உணர்வை உருவாக்கியது.

பொ.யு.1402ம் ஆண்டில் அங்காரா போருக்கு முன்பு, தைமூர் தோற்கடிக்கப்பட்ட எதிரிகளின் மண்டை ஓடுகளால் ஆன கோபுரங்களைக் கட்ட உத்தரவிட்டார். இது அவரது எதிரியான முதலாம் சுல்தான் பயேசித்தைப் பயமுறுத்திய கொடூரமான உளவியல் தந்திரமாகும்.

தைமூர் பெரும்பாலும் தனது எதிரிகளைத் தவறாக வழிநடத்துவதற்கும் ஆச்சரியத்தின் அம்சத்தைப் பெறுவதற்கும் மூலோபாய ஏமாற்றுதலைப் பயன்படுத்தினார்.

தைமூர் போலியான பின்வாங்கல்கள், தவறான தகவல்கள் மற்றும் எதிர்பாராத சூழ்ச்சிகளைப் பயன்படுத்தியது அவரது

எதிரிகளிடையே குழப்பத்தையும், உளவியல் அழுத்தத்தையும் உருவாக்கியது.

பொ.யு.1395ம் ஆண்டில் கார்ஸ் போரின் போது, தைமூர் பின்வாங்குவது போல் நடித்து, எதிரணிக்கு ஒரு தவறான வெற்றி உணர்வை அளித்தார். அவர்கள் பின்தொடர்ந்தபோது, அவர் பேரழிவுகரமான எதிர்த்தாக்குதல் மூலம் பதிலடி கொடுத்தார்.

தைமூர் உளவியல் கையாளுதலின் மதிப்பைப் புரிந்துகொண்டார். குறிப்பாக, கைதிகளைக் கையாளும் போது.

தைமூர் பெரும்பாலும் தனது எதிரிகளின் விருப்பத்தை உடைக்கவும், அவர்களிடமிருந்து மதிப்புமிக்க தகவல்கள் அல்லது விசுவாசத்தைப் பெறவும் உளவியல் தந்திரங்களைப் பயன்படுத்தினார்.

அங்காரா போருக்குப் பின்னர் ஒட்டோமான் சுல்தான் முதலாம் பயேசித்தை அவர் கைப்பற்றியபோது, தைமூர் அவரை ஒரு கூண்டில் அடைத்து, அவரைச் சித்திரவதைச் செய்து தன்னுடைய மேலாதிக்கத்தை நிலைநாட்டுவது உள்ளிட்ட உளவியல் அழுத்தங்களுக்கு அவரை ஆளாக்கினார்.

வெகுமதிகள் மற்றும் பயத்தின் கலவையின் மூலம் தைமூர் தனது குடிமக்களிடையே விசுவாசத்தையும், கீழ்ப்படிதலையும் வளர்ப்பதை நோக்கமாகக் கொண்டிருந்தார்.

விசுவாசத்தைப்பரிசளிப்பதில்அவரதுதாராளமனப்பான்மையையும், எதிர்ப்பைத் தண்டிப்பதில் அவரது இரக்கமற்ற தன்மையையும் தைமூரின் குடிமக்கள் நன்கு அறிந்திருந்தனர்.

தைமூரின் நிர்வாக பாணி விசுவாசத்திற்கான வெகுமதிகள் மற்றும் கலகத்திற்கான மிருகத்தனமான பழிவாங்கல்களின் சமநிலையை நம்பியிருந்தது. இது கீழ்ப்படிதலுக்கான உளவியல் ஊக்கத்தை உருவாக்கியது.

தைமூர் பல்வேறு கலாசாரங்கள் மற்றும் மதங்களைக் கொண்ட ஒரு மாறுபட்ட சாம்ராஜ்ஜியத்தை ஆட்சி செய்தார். அவருக்கு உளவியல் இயக்கவியல் பற்றிய நுணுக்கமான புரிதல் தேவைப்பட்டது.

தைமூரின்மதசகிப்புத்தன்மைமற்றும்உள்ளூர்ப்பழக்கவழக்கங்களைப் பாதுகாப்பது அவரது குடிமக்களிடையே உளவியல் எதிர்ப்பைக் குறைப்பதன் மூலம் ஸ்திரத்தன்மையைப் பராமரிக்க உதவியது.

தைமூர் தனது பேரரசிற்குள் பல நம்பிக்கைகளின் நடைமுறையை அனுமதித்தார். இது பல்வேறு மத சமூகங்களிடையே உளவியல் பாதுகாப்பு உணர்வை உருவாக்கியது.

தைமூர் தனது அதிகாரத்தை நிறுவவும், தனது சாம்ராஜ்யத்திற்குள் ஒழுங்கைப் பராமரிக்கவும் பயம் மற்றும் மரியாதையின் கலவையைப் பயன்படுத்தினார்.

ஒரு வலிமையான, கணிக்க முடியாத ஆட்சியாளராக தைமூரின் நற்பெயர் அவரை ஒரு புதிரான நபராக மாற்றியது. அவர் பயம் மற்றும் மரியாதை இரண்டையும் பெற்றார்.

கீழ்ப்படியாமை அல்லது கலகத்திற்காகத் தைமூர் விரைவான மற்றும் கடுமையான தண்டனையைப் பயன்படுத்தியது அவரது குடிமக்களிடையே விளைவுகளைப் பற்றிய உளவியல் பயத்தை ஏற்படுத்தியது. தைமூரின் உளவியல் அணுகுமுறை ஒரு வெற்றியாளராகவும், ஆட்சியாளராகவும் அவரது வெற்றிக்கு ஒரு முக்கிய அங்கமாக இருந்தது. உளவியல் ரீதியான போர்முறை, மூலோபாய ஏமாற்றுதல், கைதிகளைக் கையாளுதல், பல்வேறு மக்களை நிர்வகித்தல் மற்றும் பயத்தையும் மரியாதையையும் வளர்ப்பது ஆகியவை அவரது பரந்த சாம்ராஜ்யத்தைக் கட்டுப்படுத்தவும் ஆளவும் அவரது திறனுக்குப் பங்களித்தன.

மனித உளவியலைப் பற்றிய தைமூரின் புரிதல் அவரது காலத்தின் மூலோபாய மற்றும் உளவியல் சூத்திரதாரியாக அவரது நீடித்த பாரம்பரியத்திற்கு ஒரு முக்கிய காரணியாக இருந்தது.

தைமூரின் லட்சியம் மற்றும் வெற்றிக்கான ஆசை

தைமூர், தணியாத லட்சியம், மனப்பான்மை ஆகியவற்றால் வகைப்படுத்தப் பட்டார். இது வெற்றி மற்றும் சாம்ராஜ்யத்தைக் கட்டியெழுப்புவதற்கான அவரது இடைவிடாத தேடலைத் தூண்டியது.

தைமூரின் ஆரம்பக்காலப் படையெடுப்புகள் அவரது தாயகமான டிரான்சோக்ஸியானா (தற்கால உஸ்பெகிஸ்தான் மற்றும் அதைச் சுற்றியுள்ள பகுதிகள்) மீதான தனது கட்டுப்பாட்டை வலுப்படுத்துவதில் கவனம் செலுத்தின.

டிரான்சோக்ஸியானாவில் போட்டி ஆட்சியாளர்களுக்கு எதிராக தைமூரின் ராணுவ நடவடிக்கைகள் பிராந்தியத்தை வைத்திருப்பதற்கும், ஐக்கியப்படுத்துவதற்கும் அவரது உறுதிப்பாட்டை வெளிப்படுத்தின.

தைமூர் சகதாய் கானேட்டையும், டிரான்சோக்ஸியானாவில் உள்ள பிற உள்ளூர் ஆட்சியாளர்களையும் வென்றது அவரது தாயகத்தின் மீதான அவரது கட்டுப்பாட்டை உறுதிப்படுத்தியது.

தைமூரின் லட்சியங்கள் டிரான்சோக்ஸியானாவுக்கு அப்பால் விரிவடைந்தன.அவர் தனது பேரரசை அண்டை பிராந்தியங்களில், குறிப்பாக பாரசீகத்தில் விரிவுபடுத்த முயன்றார்.

பாரசீகத்தில் தைமூரின் ராணுவப் படையெடுப்புகள், ஹெராத்தை வென்றது மற்றும் ஜலாயிரிடுகளின் தோல்வி போன்றவை, புதிய பிரதேசங்களைக் கைப்பற்றுவதற்கான அவரது விருப்பத்தை வெளிப்படுத்தின.

பொ.யு.1381ம் ஆண்டில் தைமூர் ஹெராத்தைக் கைப்பற்றியது பாரசீகத்தில் அவரது விரிவாக்கத்தின் தொடக்கத்தைக் குறிக்கிறது. அங்கு அவர் ஈரானியப் பீடபூமியின் பரந்த பகுதியில் தனது ஆட்சியை நிறுவினார்.

முன்னெப்போதும் இல்லாத அளவுக்கு ஒரு சாம்ராஜ்ஜியத்தைக் கைப்பற்ற முயன்றதால், தைமூரின் பிராந்திய அபிலாஷைகள் மத்திய ஆசியா மற்றும் அதற்கு அப்பாலும் மேலும் விரிவடைந்தன.

மத்திய ஆசியாவில் தைமூரின் ராணுவப் படையெடுப்புகள், குவாரெஸ்மின் வெற்றி மற்றும் இந்தியாவின் மீதான படையெடுப்பு ஆகியவை அவரது உடைமை மனப்பான்மையை வெளிப்படுத்தின.

பொ.யு.1398ம் ஆண்டில் தைமூரின் தில்லி மீதான படையெடுப்பின் விளைவாக நகரம் சூறையாடப்பட்டு, இந்தியாவில் உள்ள குறிப்பிடத்தக்கப் பகுதிகள் அவரது விரிவடைந்த பேரரசுடன் இணைக்கப்பட்டன.

தைமூரின் லட்சியங்களுக்கு எல்லையே இல்லை. அவர் ஒட்டோமான் பேரரசின் மையப்பகுதியான அனடோலியாவில் தனது பார்வையைப் பதித்தார்.

பொ.யு.1402ம் ஆண்டில் அங்காரா போரில் முடிவடைந்த ஒட்டோமான்களுக்கு எதிரான தைமூரின் புகழ்பெற்ற பிரசாரம், தனது தாய்நாட்டிற்கு அப்பால்கூடப் பிரதேசங்களை வைத்திருக்க வேண்டும் என்ற அவரது விருப்பத்தை அடிக்கோடிட்டுக் காட்டியது.

தைமூர் சுல்தான் முதலாம் பயேசித்தைத் தோற்கடித்த அங்காரா போர், அனடோலியாவில் ஒட்டோமான்களின் மேலாதிக்கத்தைச் சவால் செய்வதன் மூலம் அவரது மனநிலையை எடுத்துக்காட்டியது.

தைமூரின் பிராந்திய கையகப்படுத்தல்கள் மற்றும் லட்சியங்கள் மத்திய தரைக்கடல் முதல் இந்தியத் துணைக்கண்டம் வரை

பரவியிருந்த ஒரு பரந்த சாம்ராஜ்யத்தின் நீடித்த பாரம்பரியத்தை விட்டுச்சென்றன.

தைமூரின் சாம்ராஜ்ஜியத்தைக் கட்டியெழுப்புதல் மற்றும் இடைவிடாத வெற்றிகள் அவரது உடைமை மனப்பான்மைக்கும் பரந்த நிலப்பரப்புகளைக் கைப்பற்றுவதற்கான அவரது விருப்பத்திற்கும் ஒரு சான்றாக அமைந்தன.

தைமூரின் பேரரசு, அதன் உச்சத்தில், மத்திய ஆசியா, பாரசீகம், மெசபடோமியா, அனடோலியா மற்றும் இந்தியத் துணைக் கண்டத்தில் உள்ள பகுதிகளை உள்ளடக்கியது. இது அவரது இடைவிடாத வெற்றி முயற்சியைப் பிரதிபலித்தது.

தைமூரின் உடைமை மனப்பான்மை, பிராந்திய வெற்றி மற்றும் சாம்ராஜ்ஜியத்தைக் கட்டியெழுப்புவதற்கான அவரது லட்சியத்தால் உந்தப்பட்டது. அவரது பாரம்பரியத்தை ஒரு வெற்றியாளராக வரையறுத்தது. அவரது ராணுவப் படையெடுப்புகள், ஆசியா மற்றும் அதற்கு அப்பாலும் பரந்த பிராந்தியங்களில் அவரது பேரரசின் விரிவாக்கம் ஆகியவை பிராந்தியங்களை வைத்திருப்பதற்கும், கட்டுப்படுத்துவதற்கும் அவரது அசைக்கமுடியாத உறுதிப்பாட்டை எடுத்துக்காட்டுகின்றன. லட்சிய வெற்றியாளர்களில் ஒருவராக வரலாற்றில் அழிக்க முடியாத முத்திரையை விட்டுச் செல்கின்றன.

தைமூரின் கருணைச் செயல்கள்

தைமூர், தனது ராணுவ வெற்றிகள் மற்றும் சாம்ராஜ்ஜியத்தைக் கட்டியெழுப்புவதற்காக அடிக்கடி நினைவுகூரப்படுகிறார். ஆனால், அவரது வலிமையான வெளிப்புறத்திற்கு அடியில், கருணை மற்றும் கருணையின் நிகழ்வுகள் இருந்தன.

தைமூருக்கு இரக்கமற்ற வெற்றியாளர் என்ற பெயர் இருந்தபோதிலும், அவ்வப்போது தனது கைதிகளிடம் இரக்கம் காட்டினார்.

தைமூரின் நடத்தை சில நேரங்களில் போர்க் கைதிகளை விடுவிப்பது அல்லது அவர்களின் உயிரைக் காப்பாற்றுவது போன்ற கருணைச் செயல்களை உள்ளடக்கியது.

பொ.யு.1402ம் ஆண்டில் அங்காரா போருக்குப் பின்னர், தைமூர் சுல்தான் முதலாம் பயேசித்தின் குடும்ப உறுப்பினர்கள் சிலரிடம் கருணை காட்டினார். அவர்களின் உயிரைக் காப்பாற்றி, அவர்களுக்கு நல்வாழ்வை வழங்கினார்.

தைமூர் அறிஞர்கள், கவிஞர்கள், கைவினைஞர்களின் மதிப்பை அங்கீகரித்து, அவர்களுக்குப் பாதுகாப்பையும் ஆதரவையும் வழங்கினார்.

அறிவுஜீவிகள் மற்றும் கலைஞர்களுக்குத் தைமூரின் ஆதரவு அறிவு மற்றும் கலாசாரத்தின் மீதான அவரது பாராட்டை வெளிப்படுத்தியது.

தைமூர் பாரசீகக் கவிஞர் ஹபீஸ்-இ அப்ரு மற்றும் பிற அறிஞர்களுக்கு நிதியுதவி செய்தார். இது அவர்களின் பணியைத் தொடரவும், தனது பேரரசின் அறிவார்ந்த மற்றும் கலாசார உயிரோட்டத்திற்குப் பங்களிக்கவும் உதவியது.

தைமூர் எப்போதாவது வசதி குறைந்தவர்களுக்கு, குறிப்பாகச் சிரமக் காலங்களில் தனது உதவியை வழங்கினார்.

தைமூரின் தொண்டு நடவடிக்கைகளில் ஏழைகளுக்கு நிவாரணம் வழங்குவது, தேவைப்படுபவர்களுக்கு உணவு விநியோகிப்பது ஆகியவை அடங்கும்.

பஞ்சம் அல்லது இயற்கை பேரழிவுகளின் காலங்களில், தைமூர் தனது குடிமக்களின் துன்பத்தைப் போக்க உணவு மற்றும் வளங்களை விநியோகிக்க உத்தரவிட்டார்.

தைமூர் தனது மாறுபட்ட சாம்ராஜ்ஜியத்தில் மத சகிப்புத்தன்மையின் முக்கியத்துவத்தை அங்கீகரித்து பல்வேறு நம்பிக்கைகளிடையே சகவாழ்வை ஊக்குவித்தார்.

தைமூரின் கொள்கைகள் துன்புறுத்தல் இல்லாமல் பல மதங்களைக் கடைப்பிடிக்க அனுமதித்தன.

பக்தியுள்ள முஸ்லிமாக இருந்தபோதிலும், தைமூர் கிறிஸ்தவர்கள், யூதர்கள், பிற மதக் குழுக்களைத் தனது பேரரசுக்குள் சுதந்திரமாகத் தங்கள் நம்பிக்கைகளைப் பின்பற்ற அனுமதித்தார். இது மத சகிப்புத்தன்மையின் சூழலை வளர்த்தது.

கலை மற்றும் கலாசாரத்திற்கான தைமூரின் ஆதரவு அவரது சாம்ராஜ்ஜியத்தை வளப்படுத்தியது மட்டுமல்லாமல், கலைஞர்கள் மற்றும் கைவினைஞர்களின் வாழ்வாதாரங்களையும் ஆதரித்தது.

கலாசார முயற்சிகளுக்கு தைமூரின் அனுசரணை கலை மற்றும் அறிவுசார் பாரம்பரியத்தைப் பாதுகாப்பதற்கும், மேம்படுத்துவதற்கும் அவரது உறுதிப்பாட்டைப் பிரதிபலித்தது.

தைமூரின் பிரமாண்டமான கட்டடக்கலைத் திட்டங்கள், ஒளிரும் கையெழுத்துப் பிரதிகள் அவரது ராஜ்ஜியத்தில் கலை மற்றும் கலாசாரத்தின் செழிப்புக்குப் பங்களித்தன.

தைமூர் தனது பேரரசில் உள்ள பல்வேறு மக்களின் உள்ளூர்ப் பழக்கவழக்கங்கள் மற்றும் மரபுகளை மதித்துப் பாதுகாத்தார்.

ஆட்சி குறித்த தைமூரின் அணுகுமுறை பல்வேறு சமூகங்கள் தங்கள் கலாசார நடைமுறைகளைப் பராமரிக்க அனுமதித்தது.

உள்ளூர்ப் பழக்கவழக்கங்கள் மற்றும் மரபுகளுக்கு இடமளிக்கும் தைமூரின் விருப்பம் அவரது குடிமக்களுக்குப் பாதுகாப்பு உணர்வையும், கலாசாரத் தொடர்ச்சியையும் உருவாக்கியது. தைமூர் பெரும்பாலும் ஒரு வெற்றியாளராக நினைவுகூரப்பட்டாலும், கருணை மற்றும் கருணையின் நிகழ்வுகள் இருந்தன. அவை அவரது ஆளுமையின் வேறுபட்ட அம்சத்தை வெளிப்படுத்தின.

சிறைபிடிக்கப் பட்டவர்களை அவர் நடத்திய விதம், அறிஞர்கள் மற்றும் கைவினைஞர்களுக்கான ஆதரவு, ஏழைகளுக்கு உதவி செய்தல், மத சகிப்புத்தன்மையை ஊக்குவித்தல், கலாசார ஆதரவு, உள்ளூர்ப் பழக்கவழக்கங்களைப் பாதுகாத்தல் ஆகியவை அவரது லட்சியமான வலிமையான ஆட்சிக்குள் கருணையின் தருணங்களை எடுத்துக் காட்டுகின்றன. கனிவான இதயம் கொண்ட வெற்றியாளராகத் தைமூரின் பாரம்பரியம் வரலாற்றின் சிக்கல்களுக்கு மத்தியில்கூட, இரக்கம் மற்றும் நல்லெண்ணச் செயல்கள் எதிர்பாராத இடங்களிலிருந்து வெளிப்படலாம் என்பதை நினைவூட்டுகிறது.

10

ராணுவ அமைப்பும் பலமும்

தைமூர், தனது வெற்றிகளின் போது நம்பமுடியாத வலிமையான ராணுவத்தை உருவாக்கிய ஒரு புகழ்பெற்ற ராணுவத் தளபதி ஆவார். தைமூரின் ராணுவத்தின் அமைப்பு, சக்தி, ஒருங்கிணைப்பிற்கான அவரது உத்திகள், அவர் தனது படைகளுக்குப் பயிற்சியளித்த பல்வேறு வழிகள் ஆகியவற்றைக் குறித்துக் காண்போம்.

தைமூரின் ராணுவம் பரந்ததாக இருந்தது. மேலும், படையெடுப்பு மற்றும் சூழ்நிலைகளைப் பொறுத்து அளவு மாறுபடும். இது பல்லாயிரக்கணக்கான துருப்புக்கள் முதல் ஒரு லட்சம் துருப்புக்கள் வரை இருக்கலாம் என்று மதிப்பீடுகள் தெரிவிக்கின்றன.

தைமூரின் ராணுவம் குதிரைப்படை, காலாட்படை, வில்வித்தை வீரர்கள், திறமையான முற்றுகை பொறியாளர்களைக் கொண்ட ஒரு பன்முகப் படையாக இருந்தது. பல்வேறு இன, பண்பாட்டுக் குழுக்களையும் தனது அணிகளில் இணைத்துக் கொண்டார்.

தைமூரின் ராணுவம் அதன் மிகவும் திறமையான குதிரைப்படைக்கு, குறிப்பாகப் பயமுறுத்தும் துருக்கிய-மங்கோலியக் குதிரை வீரர்களுக்குப் பெயர் பெற்றது. அவர்கள் வில்வித்தையில் வேகம், இயக்கம் மற்றும் துல்லியத்திற்காக அறியப்பட்டனர்.

தைமூரின் ராணுவம் ட்ரெபுசெட்கள் (Trebuchet - பெரும் கற்களைக் கொண்டு தாக்கும் இயந்திரம்) மற்றும் முற்றுகை கோபுரங்கள் போன்ற மேம்பட்ட முற்றுகை இயந்திரங்களைக் கொண்டிருந்தது. இது கோட்டை நகரங்களைக் கைப்பற்ற உதவியது.

தைமூர் ஒரு சிறந்த தந்திரவாதியாக இருந்தார். பெரும்பாலும் உளவியல் போர், திடீர்த் தாக்குதல்கள் மற்றும் தனது எதிரிகளை முறியடிக்கவும், மனச்சோர்வடையவும் பாசாங்காகப் பின்வாங்குதல் ஆகியவற்றைப் பயன்படுத்தினார்.

தைமூரின் ராணுவம் கடுமையான கட்டளைகளின் கீழ்ச் செயல்பட்டது. பல்வேறு மட்டங்களில் உள்ள தளபதிகள் தங்கள் பிரிவுகளுக்குப் பொறுப்பாக இருந்தனர். தைமூரே தலைமைத் தளபதியாக இருந்தார்.

தைமூரின் ராணுவம் மேளதாளங்கள், கொடிகள் மற்றும் எக்காளங்கள் உள்ளிட்ட அதிநவீனச் சமிக்ஞை முறையைப் பயன்படுத்திஉத்தரவுகளைத்தெரிவிக்கவும்,பரந்தபோர்க்களங்களில் இயக்கங்களை ஒருங்கிணைக்கவும் பயன்படுத்தியது.

தைமூர் உளவுத்துறைச் சேகரிப்பு மற்றும் உளவுக்கு வலுவான முக்கியத்துவம் கொடுத்தார்.எதிரிகளின் நிலைகள் மற்றும் நோக்கங்கள் குறித்த துல்லியமான தகவல்களை அவர் அறிந்துகொண்டார்.

சகிப்புத்தன்மை, வலிமை மற்றும் சுறுசுறுப்பை உருவாக்க தைமூரின் வீரர்கள் கடுமையான உடல் பயிற்சி செய்தனர். இது நீண்ட அணிவகுப்புகளுக்கும், போர்களுக்கும் உதவியாக இருந்தது.

வில்வித்தை தைமூரின் ராணுவத்தின் ஒரு மைல்கல்லாக இருந்தது. வீரர்கள் ஏற்றப்பட்ட மற்றும் கால் வில்வித்தையில் பரவலாகப் பயிற்சியைப் பெற்றனர்.

குதிரைப்படைப் பிரிவுகள் குதிரையேற்றம், போர் தொடுத்தல் மற்றும் தங்கள் குதிரைகளைப் பராமரித்தல் உள்ளிட்ட குதிரைப் படைப்பிரிவுகளில் விரிவான பயிற்சியைப் பெற்றன.

தைமூரின் தளபதிகள் நிலப்பரப்பு, மறைவிடங்கள் மற்றும் உளவியல் போர் ஆகியவற்றைப் பயன்படுத்துவது உள்ளிட்ட அவரது தந்திர அணுகுமுறைகளை நன்கு அறிந்திருந்தனர்.

தைமூர் தனது அணிகளுக்குள் கடுமையான ஒழுக்கத்தைக் கடைப்பிடித்தார். அவருக்கு விசுவாசம் மிக முக்கியமானது. படைவீரர்கள் வெகுமதிகள் பற்றிய வாக்குறுதியாலும், கீழ்ப் படியாமைக்குக் கடுமையான விளைவுகளைச் சந்திக்க நேரிடும் என்ற பயத்தாலும் உந்தப்பட்டனர்.

தைமூரின் ராணுவம் தகவமைக்கக் கூடியது. பெரும்பாலும் வெவ்வேறு எதிரிகள் மற்றும் போர்க்களங்களுக்கு ஏற்ப தந்திரங்களையும் உத்திகளையும் மாற்றியது.

தைமூரின் ராணுவ வலிமை மற்றும் அவரது ராணுவத்தின் செயல்திறன் ஒரு நீடித்த பாரம்பரியத்தை விட்டுச்சென்றது. அவரது தந்திரங்களும், உத்திகளும் அடுத்தடுத்த நூற்றாண்டுகளில் ராணுவச் சிந்தனையில் தொடர்ந்து தாக்கத்தை ஏற்படுத்தின.

தைமூரின் ராணுவக் கண்டுபிடிப்புகள் மற்றும் நிர்வாகத் திறன்கள் ஒட்டோமான் பேரரசின் மெஹ்மெட் தி கன்வெரர் உட்படப் பிற்கால வெற்றியாளர்கள் மற்றும் தலைவர்களுக்கு ஒரு முன்மாதிரியாகச் செயல்பட்டன. தைமூரின் படை அதன் அளவு, பன்முகத்தன்மை மற்றும் ராணுவ வலிமை ஆகியவற்றால் வகைப்படுத்தப்பட்ட ஒரு வலிமையான படையாகும். அவரது படைகள் நன்கு பயிற்றுவிக்கப்பட்டவை, ஒழுக்கமானவை, தகவமைக்கக் கூடியவை. இது குறிப்பிடத்தக்க ராணுவ வெற்றிகளை அடைய அவருக்கு உதவியது.

ராணுவ மூலோபாயம் மற்றும் தந்திரோபாயங்களில் தைமூரின் பாரம்பரியம், அத்துடன் போர் குறித்த அவரது புதுமையான அணுகுமுறை ஆகியவை ராணுவ வரலாற்றாசிரியர்கள் மற்றும் மூலோபாயவாதிகளால் இன்றளவும் ஆய்வு செய்யப்பட்டு மதிக்கப்படுகின்றன.

தைமூரின் செல்வம்

தைமூர், வரலாற்றின் மிகவும் சக்திவாய்ந்த வெற்றியாளர்களில் ஒருவராக இருந்தார். அவரது ஆட்சியின் போது கணிசமான செல்வத்தைக் குவித்தார். தைமூரின் சொத்துக்களின் ஆதாரங்களையும், அவர் தனது செல்வத்தைப் பெற்ற பல்வேறு வழிகளையும் குறித்து ஆராய்வோம்.

தைமூரின் முதன்மையான செல்வ ஆதாரம் அவரது ராணுவ வெற்றிகளின் மூலமும் சூறையாடல் மூலமும் பெறப்பட்ட ஏராளமான பொக்கிஷம். ஆசியா முழுவதும் ஏராளமான படையெடுப்புகளில் ஈடுபட்டார் நகரங்களை அழித்து, கருவூலங்களைக் கொள்ளையடித்து, ஏராளமான செல்வங்களைக் குவித்தார்.

தில்லி, ஹெராத் மற்றும் டமாஸ்கஸ் போன்ற நகரங்களின் மீது தைமூரின் வெற்றிகரமான படையெடுப்புகள் ஏராளமான தங்கம், வெள்ளி, நகைகள் மற்றும் பிற மதிப்புமிக்க பொக்கிஷங்களை அளித்தன.

தைமூர் அடிக்கடி தான் வென்ற பிராந்தியங்கள் மற்றும் நகரங்களின் மீது கப்பம் விதித்தார். இந்தப் பிரதேசங்களிலிருந்து வழக்கமான கொடுப்பனவுகளை அடிபணிதலின் அடையாளமாகவும், வருமான ஆதாரமாகவும் பெற்றார்.

பொயு1398ம் ஆண்டில் டெல்லியைக் கைப்பற்றிய பின்னர், தைமூர் நகரத்தின் ஆட்சியாளர்களிடமிருந்து ஒரு பிரமாண்டமான கப்பத்தைக் கோரினார். இது அவரது செல்வத்தை மேலும் அதிகரித்தது.

தைமூர் பெரும்பாலும் தோல்வியுற்ற போட்டியாளர்களின் செல்வத்தைப் பறிமுதல் செய்தார். இது அவரது சொத்துக்களுக்குப் பங்களித்தது. அவரது ஆட்சியை எதிர்த்த ஆட்சியாளர்கள் மற்றும் பிரபுக்களின் செல்வமும் இதில் அடங்கும்.

அங்காரா போரில் சுல்தான் முதலாம் பயேசித் மீது வெற்றி பெற்ற பின்னர், தைமூர் ஒட்டோமான் கருவூலத்தையும், செல்வத்தையும் பறிமுதல் செய்தார். இது அவரது செல்வத்தைக் கணிசமாக அதிகரித்தது.

தைமூர் குறுநில அரசுகள் மற்றும் தலைவர்களின் வலையமைப்பைப் பராமரித்து, கப்பம் செலுத்தி, வளங்களையும் படைகளையும் வழங்கினார்.

தைமூர் தனது பேரரசின் பல்வேறு பகுதிகளில் குறுநில மன்னர்களிடமிருந்து கப்பம் மற்றும் ஆதரவைப் பெற்றார். இது அவரது நிதி வலிமைக்குப் பங்களித்தது.

தைமூரின் பேரரசு முக்கிய வர்த்தகப் பாதைகளைக் கட்டுப்படுத்தியது. இது சுங்கச்சாவடிகள், சுங்கவரிகள் மற்றும் வர்த்தகம் தொடர்பான நடவடிக்கைகள் மூலம் வருவாயை ஈட்டியது.

பட்டுச் சாலை மற்றும் பிற வணிகப் பாதைகள் மீதான தைமூரின் கட்டுப்பாடு அவரது பேரரசின் வழியாகப் பொருட்கள் மற்றும் செல்வத்தின் ஓட்டத்தை எளிதாக்கியது.

கலாசாரம் மற்றும் கலைகள் மீதான தைமூரின் காதல் மதிப்புமிக்க கலாசாரக் கலைப்பொருட்கள், கையெழுத்துப் பிரதிகள் மற்றும் கலைப்படைப்புகளை வாங்க வழிவகுத்தது.

தைமூரின் அறிஞர்கள் மற்றும் கலைஞர்களின் ஆதரவு அவரது அரசவையில் அரிய கையெழுத்துப் பிரதிகள் மற்றும் கலைப் பொக்கிஷங்களைச் சேகரிப்பதில் பங்களித்தது.

விவசாயத் தோட்டங்கள் மற்றும் உற்பத்திப் பகுதிகள் உட்படப் பரந்த நிலப்பரப்புகளைத் தைமூர் வைத்திருந்தார். அவை விவசாய விளைபொருட்கள் மற்றும் வாடகைகள் மூலம் வருமானத்தை ஈட்டின.

தைமூரின் நில உடைமைகள் அவருக்கு விவசாய வருவாயிலிருந்து நிலையான செல்வத்தை அளித்தன. தைமூரின் செல்வம்

வெற்றிகள், கப்பம், வரிவிதிப்பு, பறிமுதல், ஆதரவு, வணிகம் மற்றும் நில உடைமை ஆகியவற்றை உள்ளடக்கிய பன்முக அணுகுமுறையிலிருந்து பெறப்பட்டது. அவரது பரந்த நிதி ஆதாரங்கள் அவரது ராணுவ நடவடிக்கைகளுக்கு உதவியது மட்டுமல்லாமல், கலாசாரம் மற்றும் கலைகளை ஆதரிக்கவும் அவரை அனுமதித்தது. பல்வேறு மூலங்களிலிருந்து செல்வத்தைக் குவிக்கும் தைமூரின் திறன் வரலாற்றின் பணக்கார மற்றும் மிகவும் சக்திவாய்ந்த வெற்றியாளர்களில் ஒருவராக அவரது நிலைக்குப் பங்களித்தது.

ஒரு லட்சிய வெற்றியாளரின் பார்வை

தைமூர், தனது லட்சியங்கள், அனுபவங்கள் மற்றும் அவர் வாழ்ந்த சகாப்தத்தால் வடிவமைக்கப்பட்ட தனித்துவமான அரசியல் பார்வைகளைக் கொண்ட ஒரு சிக்கலான நபராக இருந்தார். தைமூரின் அரசியல் கண்ணோட்டங்களையும் அவரது ஆட்சியை வழிநடத்திய கொள்கைகளையும் குறித்துக் காண்போம்.

தைமூரின் முதன்மையான அரசியல் பார்வை ராணுவவாதம் மற்றும் விரிவாக்கவாதத்தில் வேரூன்றியிருந்தது. படையெடுப்பு மற்றும் ராணுவப் படையெடுப்புகள் மூலம் தனது பேரரசின் விரிவாக்கத்தில் அவர் நம்பிக்கை கொண்டிருந்தார்.

தைமூரின் வரலாறு மத்திய ஆசியா முதல் மத்தியக் கிழக்கு மற்றும் தெற்காசியா வரை பரந்த நிலப்பரப்பில் தனது மேலாதிக்கத்தை நிறுவுவதை நோக்கமாகக் கொண்ட பல ராணுவ நடவடிக்கைகள், படையெடுப்புகள் மற்றும் வெற்றிகளால் நிரம்பியுள்ளது.

தைமூர் மிகவும் மையப்படுத்தப்பட்ட ஆட்சி முறையை ஆதரித்தார். அங்கு இறுதி அதிகாரம் ஆட்சியாளரிடம் இருந்தது. அவர் ஒரு வலுவான, சர்வாதிகாரத் தலைமையை நம்பினார்.

தைமூர் தனது சாம்ராஜ்ஜியத்தின் மீது உறுதியான பிடியை வைத்திருந்தார். அவரது வார்த்தை சட்டமாக இருப்பதை உறுதி செய்தார். அவரது கட்டளைகள் கேள்வியின்றிப் பின்பற்றப்பட வேண்டும். கீழ்ப்படியாமை கடுமையான விளைவுகளைச் சந்தித்தது.

தைமூர் தனது பன்முகச் சாம்ராஜ்ஜியத்தை ஒன்றிணைப்பதில் மதத்தின் முக்கியத்துவத்தை உணர்ந்தார். அவர் மத சகிப்புத்தன்மையை ஊக்குவித்தார். தனது ஆட்சியைச் சட்டப்பூர்வமாக்க மத அடையாளங்களைப் பயன்படுத்தினார்.

தைமூர் ஒரு பக்தியுள்ள முஸ்லிமாக இருந்தபோதிலும், அவர் தனது பேரரசிற்குள் பல்வேறு நம்பிக்கைகளைப் பின்பற்ற அனுமதித்தார். தனது படையெடுப்புகளின் போது தன்னை இஸ்லாத்தின் பாதுகாவலராகச் சித்தரித்தார்.

தைமூர் விசுவாசத்திற்கு மிகுந்த முக்கியத்துவம் கொடுத்தார். தனது அதிகாரிகள் மற்றும் குடிமக்களிடமிருந்து அசைக்க முடியாத ஆதரவை எதிர்பார்த்தார். விசுவாசமின்மை கடுமையான தண்டனையை எதிர்கொண்டது.

தைமூரின் ஆட்சி கலகம் அல்லது விசுவாசமின்மையின் அறிகுறிகளுக்கு விரைவான மற்றும் மிருகத்தனமான தண்டனைகளை வழங்கினார். பயத்தை ஒரு கட்டுப்பாட்டு வழிமுறையாகப் பயன்படுத்துவதை அவர் நம்பினார்.

தைமூர் தனது பேரரசின் பாரம்பரியம் மற்றும் வாரிசு குறித்து ஒரு பார்வையைக் கொண்டிருந்தார். அவர் தனது பெயரையும், ஆட்சியையும் தொடரும் ஒரு வம்சத்தை நிறுவுவதை நோக்கமாகக் கொண்டிருந்தார்.

தனது வம்சத்தின் வாரிசுரிமையைப் பெறுவதற்கான தைமூரின் முயற்சிகள் அவரது சாம்ராஜ்ஜியத்தை விரிவுபடுத்துவதற்கும், வரலாற்றில் நீடித்த முத்திரையை விட்டுச் செல்வதற்கும் அவர் மேற்கொண்ட முயற்சிகளில் தெளிவாகத் தெரிகிறது.

தைமூர் தனது பேரரசின் அடையாளத்தை உறுதிப்படுத்துவதில் கலாசாரம் மற்றும் கலைகளின் மதிப்பை அங்கீகரித்தார். அறிஞர்களையும், கவிஞர்களையும், கலைஞர்களையும் ஊக்குவித்து வளர்த்தார்.

தைமூரின் அரசவை அறிவார்ந்த மற்றும் கலை நடவடிக்கைகளின் மையமாக மாறியது, அறிஞர்கள், கவிஞர்கள் மற்றும் கைவினைஞர்களை ஈர்த்தது, அவர்களுக்கு அவர் ஆதரவளித்தார்.

தைமூர் பெரும்பாலும் சூழ்ச்சி மற்றும் உளவியல் போர்முறையை அரச தந்திரத்தின் கருவிகளாகப் பயன்படுத்தினார். பயம் மற்றும் உளவியல் அழுத்தத்தின் சக்தியை அவர் நம்பினார்.

தைமூர் தனது எதிரிகளை அச்சுறுத்துவதற்கும், விரக்தியடையச் செய்வதற்கும் துரோகம், திடீர்த் தாக்குதல்கள், தோற்கடிக்கப்பட்ட எதிரிகளின் மண்டை ஓடுகளைக் கொண்டு கட்டப்பட்ட கோபுரங்களைக் கட்டுதல் போன்ற தந்திரங்களைப் பயன்படுத்தினார்.

தைமூரின் அரசியல் கருத்துக்கள் பிராந்திய விரிவாக்கம், மையப்படுத்தப்பட்ட அதிகாரம், மத சகிப்புத்தன்மை, விசுவாசம், கலாசாரம் மற்றும் கலைகளை மேம்படுத்துவதற்கான அவரது லட்சியத்தால் வடிவமைக்கப்பட்டன. அச்சத்தையும், தண்டனையையும் பயன்படுத்தி கட்டுப்பாட்டை நிலைநாட்ட இரும்புக் கரம் கொண்டு ஆட்சி செய்தார். தைமூரின் சிக்கலான அரசியல் தத்துவம் அவர் வென்ற பகுதிகளில் அழிக்க முடியாத முத்திரையை விட்டுச்சென்றது. அவரது பாரம்பரியம் வரலாற்றாசிரியர்களால் தொடர்ந்து விவாதிக்கப்படுகிறது. சிலர் அவரை இரக்கமற்ற வெற்றியாளராகவும், மற்றவர்கள் ஒரு மாறுபட்ட சாம்ராஜ்யத்தை ஒன்றிணைக்க முயன்ற ஒரு ராஜதந்திரியாகவும் பார்க்கின்றனர்.

ஒரு சக்கரவர்த்தி போல வாழ்தல்

தைமூர், ஒரு பேரரசருடன் ஒப்பிடக்கூடிய ஒரு வாழ்க்கையை வாழ்ந்த ஒரு வெற்றியாளர் மற்றும் ஆட்சியாளர் ஆவார். தைமூரின் அரச வாழ்க்கை முறையை ஆராய்ந்து, அவரது செல்வச் செழிப்பு, கம்பீரம் மற்றும் ஏகாதிபத்திய வாழ்க்கையின் சூழ்ச்சிகளுக்கு உரிய ஆதாரங்களைப் பட்டியலிடுவோம்.

தைமூர் தனது தலைநகரான சமர்கந்தில் ஆடம்பரமான அரண்மனைகளைக் கட்டினார். இந்த அரண்மனைகளின் கட்டடக்கலை,நுணுக்கமான வேலைப்பாடுகள்,கம்பீரம் ஆகியவை ஈர்க்கவும், பயமுறுத்தவும் திட்டமிட்டு வடிவமைக்கப்பட்டன.

தைமூரின் பிரமாண்டமான கட்டுமானத் திட்டம் பீபி—கானிம் மசூதி மற்றும் அதனுடன் தொடர்புடைய அரண்மனை வளாகம் ஆகும். இது அந்த நேரத்தில் உலகின் மிகப்பெரிய கட்டுமானமாகும்.

தைமூர் சமகாலப் பேரரசர்களுக்கு இணையான ஆடம்பரமான அரசவையைப் பராமரித்து வந்தார். அவரது அரண்மனை ஆடம்பரமான தரைவிரிப்புகள், நுண்கலைகள் மற்றும் விலைமதிப்பற்ற கலைப்பொருட்களால் அலங்கரிக்கப் பட்டிருந்தது.

தைமூரின் அரசவை கலாசார நடவடிக்கைகளின் மையமாக இருந்தது. கவிஞர்கள், அறிஞர்கள் மற்றும் கலைஞர்களை வரவேற்றது. புகழ்பெற்ற பாரசீகக் கவிஞர் ஹாபிஸ்—இ அப்ரு அவரது அரசவை உறுப்பினர்களில் ஒருவராவார்.

தைமூர் ஆடம்பரமான ஆடைகளுக்குப் பெயர் பெற்றவர். பெரும்பாலும் நகைகள் மற்றும் விலையுயர்ந்த துணிகளால்

அலங்கரிக்கப்பட்டார். அவரது உடை ஓர் ஆட்சியாளர் என்ற அவரது நிலையைப் பிரதிபலித்தது.

தைமூரின் ஆடைகள் மற்றும் தலைக்கவசங்கள் முத்துக்கள், ரத்தினக்கற்கள், பூவேலைப்பாடுகளால் அலங்கரிக்கப்பட்டன. இது ஆடைகளில் அவரது ஆடம்பரமான சுவையைக் காட்டியது.

தைமூர் தனது பேரரசு அந்தஸ்தைக் குறிக்கும் வகையில் அரிய மற்றும் கவர்ச்சியான விலங்குகளைக் கொண்ட மிருகச்சாலைகளைப் பராமரித்து வந்தார்.

தைமூர் அரிய பறவைகள், சிங்கங்கள், சிறுத்தைகள் மற்றும் பிற வெளிநாட்டு உயிரினங்களை வைத்திருந்ததாக அறியப்படுகிறது. இது அவரது கம்பீரத்தை அதிகரித்தது.

தைமூர் ஆடம்பரமான விருந்துகளை நடத்தினார். அவை ஏராளமான உணவுகள் மற்றும் வெளிநாட்டு உணவு வகைகளைக் கொண்டிருந்தது.

அவரது படையெடுப்புகளின் போது, தைமூரின் விருந்துகள் புகழ்பெற்றவை. அவர் தனது தளபதிகளையும், விருந்தினர்களையும் ஆடம்பரமான உணவு மற்றும் பொழுதுபோக்குகளில் ஈடுபட அழைப்பார்.

தைமூர் கலைகளின் சிறந்த புரவலராகவும், அறிஞர்கள், கவிஞர்கள் மற்றும் கலைஞர்களை ஆதரித்தவராகவும் இருந்தார். அவரது அரசவை கலாசாரம் மற்றும் அறிவுசார் நடவடிக்கைகளின் மையமாக இருந்தது.

தைமூரின் ஆதரவு ஒளிமயமான கையெழுத்துப் பிரதிகள், சிக்கலான கையெழுத்து மற்றும் கட்டடக்கலை தலைசிறந்த படைப்புகளை உருவாக்க வழிவகுத்தது. இது கலாசார சுத்திகரிப்புக்கான அவரது ஏகாதிபத்திய ரசனையைப் பிரதிபலித்தது.

தைமூரின் ஆட்சி அவரது ஏகாதிபத்திய பார்வைக்குச் சான்றாக இன்றும் நிற்கும் நினைவுச்சின்னங்கள் மற்றும் கட்டமைப்புகளின் பாரம்பரியத்தை விட்டுச் சென்றது.

சமர்கந்தில் உள்ள ரெகிஸ்தான் சதுக்கம், அதன் பிரமாண்டமான மதரஸாக்கள், உயரமான வளைவுகளுடன், உலகின் மிகச்சிறந்த கட்டடக்கலைக் குழுக்களில் ஒன்றாகும்.

ஆசியா முழுவதும் பரவியிருந்த தைமூரின் ராணுவப் படையெடுப்புகள் மற்றும் வெற்றிகள், அவரது ஆட்சியின் ஏகாதிபத்திய விருப்பங்களைப் பிரதிபலிக்கின்றன.

தில்லி, பாரசீகம் மற்றும் அனடோலியா மீதான தைமூரின் வெற்றிகரமான படையெடுப்புகள் பரந்த பகுதிகளைக் கைப்பற்றி, ஏகாதிபத்திய மேலாதிக்கத்தை நிறுவுவதற்கான அவரது திறனை நிரூபித்தன. ஆடம்பரமான அரண்மனைகள், செழிப்பான அரசவைக் கலாசாரம், ஆடம்பரமான உடைகள், கவர்ச்சியான செல்லப்பிராணிகள், ஆடம்பரமான விருந்துகள், கலைகளின் ஆதரவு, பிரம்மாண்டமான நினைவுச்சின்னங்கள் மற்றும் அவரது ராணுவ வெற்றிகள் ஆகியவற்றால் வகைப்படுத்தப்பட்ட தைமூரின் ராஜ வாழ்க்கை முறை, ஒரு பேரரசருடன் ஒப்பிடக்கூடிய வாழ்க்கையைக் காட்டியது.

அவரது ஆடம்பரமான ஆட்சி அவர் வென்ற பகுதிகளில் அழிக்க முடியாத முத்திரையை விட்டுச்சென்றது. ஒரு பேரரசரைப் போல வாழ்ந்த ஒரு வெற்றியாளராக அவரது பாரம்பரியம் மத்திய ஆசிய வரலாறு மற்றும் கலாசாரத்தில் தொடர்ந்து கொண்டாடப்படுகிறது.

11

ஒரு வெற்றியாளரின் தவறுகள்

தைமூர் ஒரு வலிமையான வெற்றியாளராகவும், ஆட்சியாளராகவும் இருந்தார். ஆனால், அவரது பாரம்பரியம் வெற்றிகளால் மட்டுமல்லாமல் தவறுகளாலும் குறிக்கப்படுகிறது. தைமூரின் மிகப் பெரிய தவறுகள் சிலவற்றையும், அவற்றின் பின்னணியில் உள்ள காரணங்களையும், அவரது ஆட்சியின் மீதான அவற்றின் தாக்கத்தையும் குறித்துக் காணலாம்.

தில்லிப் படுகொலைகள் பொ.யு.1398

தைமூரின் மோசமான தவறுகளில் ஒன்று தில்லியில் நடந்த கொடூரமான படுகொலை. நகரைக் கைப்பற்றிய பின்னர், ஆயிரக்கணக்கான மக்களைக் கொல்ல உத்தரவிட்டார். இதன் விளைவாகப் பெரும் மனிதாபிமானப் பேரழிவு ஏற்பட்டது.

தனது படைகளை எதிர்த்ததற்காக, நகரவாசிகளையும் அதன் ஆட்சியாளரையும் பழிவாங்கும் நோக்கத்துடன் இந்தப் படுகொலை நடந்தேறியது

சீனப் படையெடுப்பு பொ.யு.1405

பொ.யு.1405ம் ஆண்டில் தைமூரின் சீனா மீதான படையெடுப்பு ஒரு தவறான முடிவாகும். வலுவான சீன ராணுவத்துடனான இந்தப் படையெடுப்பு, கடுமையான நிலப்பரப்பு மற்றும் தளவாடச் சவால்கள் இருந்ததால் தைமூரின் படை பின்வாங்கியது.

சீனா மீது படையெடுக்கும் தைமூரின் முடிவு தனது சாம்ராஜ்யத்தை விரிவுபடுத்துவதற்கான

அவரது லட்சியத்தைக் கொண்டிருந்தாலும், சீன நிலப்பரப்பு மற்றும் ராணுவத்தால் எழுந்த சவால்களை அவர் குறைத்து மதிப்பிட்டதால் இந்தப் பின்னடைவு ஏற்பட்டது.

அங்காரா போர் பொ.யு.1402

ஒட்டோமான் பேரரசுக்கு எதிரான அங்காரா போர் தைமூருக்கு ஒரு குறிப்பிடத்தக்க ராணுவத் தோல்வியாக இருந்தது. ஒட்டோமான்களின் பலத்தைக் குறைத்து மதிப்பிட்ட அவர் போரின் போது பிடிபட்டார்.

ஒரு தெளிவான திட்டம் இல்லாமல் ஒட்டோமான்களை எதிர்த்து போரில் ஈடுபட்ட தைமூரின் முடிவு அனடோலியாவில் மேலாதிக்கத்தை உறுதிப்படுத்தவும், ஒட்டோமான்களின் விரிவாக்கத்திற்குச் சவால் விடவும் விரும்பியதிலிருந்து உருவானது.

நிலையான வாரிசுரிமையை நிறுவத் தவறுதல்

தைமூர் தனது சாம்ராஜ்யத்திற்கான தெளிவான மற்றும் நிலையான வாரிசுத் திட்டத்தை நிறுவத் தவறியது அவரது மரணத்திற்குப் பின்னர் அவரது சந்ததியினரிடையே உட்பூசல்களுக்கு வழிவகுத்தது.

தைமூர் ஒரு வம்சத்தை நிறுவுவதை நோக்கமாகக் கொண்டிருந்தாலும், அவர் ஒரு வாரிசை நியமிக்கவில்லை. இது ஓர் அதிகார வெற்றிடத்தை உருவாக்கி அவரது பேரரசின் பிளவுக்குப் பங்களித்தது.

அதீத கொடுமை மற்றும் கொடூரம்

தோற்கடிக்கப்பட்ட எதிரிகளின் மண்டை ஓடுகளைக் கொண்டு கோபுரங்களைக் கட்டுவது போன்ற அதீத நடவடிக்கை தைமூரின் மீது வென்ற மக்களிடையே அச்சத்தையும், வெறுப்பையும் விதைத்தது.

தனது எதிரிகளை அச்சுறுத்துவதற்கும், கட்டுப்பாட்டைத் தக்கவைத்துக் கொள்வதற்கும் காட்டுமிராண்டித்தனத்தைப் பயன்படுத்துவது தைமூரின் மீது வெறுப்பையும் எதிர்ப்பையும் தூண்டியது.

இந்தியப் படையெடுப்பு பொ.யு.1398

இந்தியா மீதான தைமூரின் படையெடுப்பு, குறிப்பாக தில்லியை அகற்றியது, கலாசார ரீதியாக வளமான ஒரு நகரத்தை அழித்தது. மேலும், பிராந்தியத்தில் சாத்தியமான கூட்டாளிகளை அந்நியப்படுத்தியது.

இந்தியா மீதான தைமூரின் படையெடுப்பு செல்வம் மற்றும் பிராந்திய விரிவாக்கத்திற்கான ஆசையால் உந்தப்பட்டது. ஆனால், அழிவு மற்றும் கொள்ளையின் அளவு அவரது நோக்கங்களைப் பலவீனப்படுத்தியது.

தைமூர் தான் கைப்பற்றிய பகுதிகளை ஒருங்கிணைக்கவும், திறம்பட ஆட்சி செய்யவும் தவறிவிட்டார். இது எழுச்சிகளுக்கும், கிளர்ச்சிகளுக்கும் வழிவகுத்தது.

தைமூரின் விரைவான வெற்றிகள் நிலையான நிர்வாகக் கட்டமைப்புகளை நிறுவுவதற்குத் தவறின. விரிவாக்கத்தில் அவர் கவனம் செலுத்தியது திறம்பட ஆட்சி செய்யும் அவரது திறனை மட்டுப்படுத்தியது.

தைமூரின் ராணுவ வலிமையும், வெற்றிகளும் கொண்டாடப்பட்டாலும், அவரது ஆட்சி சில குறிப்பிடத்தக்க தவறுகளைச் செய்தது. லட்சியம், பழிவாங்கல், நிர்வாகத்திற்கான இரக்கமற்ற அணுகுமுறை போன்றவற்றால் ஏற்பட்ட படுகொலைகள், மோசமான படையெடுப்புகள், அதிகப்படியான கொடுமைகள் என இந்தத் தவறுகள், அவரது பாரம்பரியத்தில் நீடித்த தாக்கத்தை ஏற்படுத்தி, அவரது மரணத்தைத் தொடர்ந்து ஏற்பட்ட நிலையற்ற தன்மைக்குப் பங்களித்தன.

தந்திரமான நடவடிக்கைகள் மற்றும் கொடூரமான போக்குகளையும் இணைத்த தைமூரின் சிக்கலான தன்மை, அவரது ஆட்சியை வரலாற்றில் விமர்சனத்திற்கு உட்படுத்துகிறது.

தைமூர்: நாயகனா அல்லது குற்றவாளியா?

தைமூரின் ஆட்சி வரலாறு, வரலாற்றாசிரியர்கள் மற்றும் அறிஞர்களிடையே கணிசமான விவாதத்திற்கு உட்பட்டது. சிலர் அவரை நாயகனாகவும், ஒரு சிலர் அவரை ஒரு குற்றவாளியாகவும் பார்க்கிறார்கள். இங்கு இந்த இரண்டு கண்ணோட்டங்களையும் ஆராய்ந்து, தைமூரின் வரலாற்று பிம்பத்தின் சிக்கலான தன்மையைப் புரிந்துகொள்ள முயலலாம்.

தைமூரின் ராணுவ மேதைமையும், வெற்றிகளும் பாராட்டைப் பெற்றுள்ளன. அவரது வியூகத் திறமையும், வெற்றிகளின் அளவும் வரலாற்றில் அழியாத முத்திரையைப் பதித்துள்ளன.

தில்லியைக் கைப்பற்றுதல், அங்காரா போரில் ஒட்டோமான் பேரரசின் தோல்வி போன்ற தைமூரின் குறிப்பிடத்தக்க படையெடுப்புகள் அவரது ராணுவ வலிமையை நிரூபிக்கின்றன.

தைமூரின் கலாசாரம் மற்றும் கலைகளின் ஆதரவு, அறிஞர்களுக்கும், கலைஞர்களுக்கும் அவர் அளித்த ஆதரவு ஆகியவை அவரது பேரரசின் அறிவார்ந்த, கலாசார உயிரோட்டத்திற்குப் பங்களித்தன.

தைமூரின் அரசவை ஹபீஸ்-இ அப்ரு போன்ற கவிஞர்களை ஆதரித்தது. சமர்கந்தில் உள்ள ரெகிஸ்தான் சதுக்கம் போன்ற ஒளிரும் கையெழுத்துப் பிரதிகள் மற்றும் கட்டடக்கலை தலைசிறந்த படைப்புகளை உருவாக்குவதை ஊக்குவித்தது.

தைமூர் தனது சாம்ராஜ்ஜியத்திற்குள் மத சகிப்புத்தன்மையை ஊக்குவித்தார். பல்வேறு மதங்களுக்கிடையில் சகவாழ்வு மற்றும் ஒற்றுமையின் சூழலை வளர்த்தார்.

பக்தியுள்ள முஸ்லிமாக இருந்தபோதிலும், தைமூர் கிறிஸ்தவர்கள், யூதர்கள் மற்றும் பிற மதக் குழுக்கள் தங்கள் மதங்களை சுதந்திரமாகக் கடைப்பிடிக்க அனுமதித்தார். இது சமூக நல்லிணக்கத்திற்குப் பங்களித்தது.

படுகொலைகள் மற்றும் தோற்கடிக்கப்பட்ட எதிரிகளின் மண்டை ஓடுகளைக் கொண்டு கோபுரங்கள் கட்டுதல் உள்ளிட்ட தீவிர காட்டுமிராண்டித்தனம் அவரை ஒரு குற்றவாளியாகப் பார்க்க பலருக்கும் வழிவகுத்தது.

பொ.யு.1398ம் ஆண்டில் தில்லியில் நடந்த படுகொலை, கைதிகளைக் கொடூரமாக நடத்துயது, அதிகப்படியான கொடுமை ஆகியவை அவரது பாரம்பரியத்திற்குக் களங்கம் விளைவித்தன.

தைமூரின் ராணுவப் படையெடுப்புகள் நகரங்களை அழித்துச் சூறையாடி, பொது மக்களுக்குப் பெரும் துன்பத்தை ஏற்படுத்தின.

தில்லியை அழித்தல், ஹெராத் சூறையாடுதல், சிவாஸ் போன்ற அனடோலியன் நகரங்களின் அழிவு ஆகியவை அவரது வெற்றிகளுடன் தொடர்புடைய அழிவை எடுத்துக்காட்டுகின்றன.

தைமூரின் சர்வாதிகார ஆட்சி, பயம், தண்டனை மூலம் அதிகாரத்தை ஒருங்கிணைத்தல் ஆகியவை அடக்குமுறை மற்றும் குற்றவியல் என்று விமர்சிக்கப்படுகின்றன.

தைமூர் தனது பேரரசின் மீது கடுமையான கட்டுப்பாட்டை வைத்திருந்தார். கீழ்ப்படியாமையை மிருகத்தனமாகத் தண்டித்தார். பெரும்பாலும் இரும்புக் கரம் கொண்டு ஆட்சி செய்தார்.

தைமூர் தான் கைப்பற்றிய பகுதிகளைத் திறம்பட ஒருங்கிணைக்கவும், ஒரு நிலையான வாரிசுத் திட்டத்தை

நிறுவவும் தவறியது அவரது மரணத்திற்குப் பின்னர் நிலையற்ற தன்மை மற்றும் மோதலுக்கு வழிவகுத்தது.

அவரது சந்ததியினரிடையே ஏற்பட்ட உட்பூசல் மற்றும் அவரது சாம்ராஜ்ஜியத்தின் சிதைவு ஆகியவை அவரது ஆட்சியின் விளைவுகளைக் குறிக்கின்றன.

தைமூர் சிக்கலான ஒரு வரலாற்று நபர். அவரது ஆளுமையில் வீரம் மற்றும் குற்றவியல் கூறுகள் உள்ளன. அவரது ராணுவ சாதனைகள், கலாசார ஆதரவு மற்றும் மத சகிப்புத்தன்மையை ஊக்குவித்தல் ஆகியவை அவரது ஆட்சியின் வீர அம்சங்களாகப் பார்க்கப்படலாம். அதே நேரத்தில், அவரது காட்டுமிராண்டித்தனம், படுகொலைகள், அடக்குமுறை ஆட்சி ஆகியவை அவரது ஆட்சியின் இருண்ட பக்கத்தைக் காட்டுகின்றன. ஒருவர் தைமூரை ஒரு நாயகனாகவோ அல்லது ஒரு குற்றவாளியாகவோ பார்க்கிறாரா என்பது அவரது வாழ்க்கை மற்றும் பாரம்பரியத்தின் குறிப்பிட்ட அம்சங்களுக்கு அளிக்கப்படும் முன்னோக்கு மற்றும் முக்கியத்துவத்தைப் பொறுத்தது.

உண்மையில், தைமூரின் வரலாற்று பிம்பம் நுணுக்கமான ஒன்றாகும், இது அவரது ஆட்சியின் பன்முகத் தன்மையையும், அவரது பாரம்பரியத்தைச் சுற்றியுள்ள நீடித்த விவாதத்தையும் எடுத்துக்காட்டுகிறது.

12

ஒரு வெற்றியாளரின் இறுதி அத்தியாயம்

தைமூரின் கடைசி மணிநேரங்கள் அவற்றின் வரலாற்றுப் பின்னணிக்கு மட்டுமல்ல, இந்த நெருக்கடியான காலகட்டத்தில் அவர் எடுத்த நடவடிக்கைகளுக்கும் முக்கியத்துவம் வாய்ந்தவை.

அவரது வாழ்க்கையின் பிற்பகுதியில், தைமூரின் உடல்நலம் மோசமடையத் தொடங்கியது. காலில் ஏற்பட்ட காயம் உள்ளிட்ட பல்வேறு நோய்களால் அவதிப்பட்டு வந்தார்.

தைமூர் தன் வாழ்நாளின் இறுதியில், தனது நிலைமையின் தீவிரத்தை அறிந்திருந்தார். மரணத்தின் அச்சம் அவரை சூழ்ந்தது.

தைமூர் தனது இறுதி நாட்களில், தனது வாழ்க்கை, வெற்றிகள் மற்றும் தான் கட்டியெழுப்பிய சாம்ராஜ்ஜியத்தைப் பற்றிச் சிந்தித்தார். அவர் தனது பாரம்பரியத்தையும், தனது பரந்த ஆளுகையின் தலைவிதியையும் சிந்தித்தார்.

தைமூர் தனது சாம்ராஜ்யத்திற்கு ஒரு நிலையான வாரிசுரிமையை உறுதி செய்வதன் முக்கியத்துவத்தை உணர்ந்து, தனது சாம்ராஜ்யத்தின் எதிர்கால தலைமைக்கான ஏற்பாடுகளைச் செய்தார்.

தைமூர் தனது கடைசி நேரத்தில் தனது பெருந்தன்மையை வெளிப்படுத்தினார். அவர் தனது மகத்தான செல்வத்தைத் தனது வீரர்களுக்கும், குடிமக்களுக்கும் பகிர்ந்தளிக்க உத்தரவிட்டார். அவர்களின் நலனில் தனது அக்கறையை வலியுறுத்தினார்.

தைமூர் விலைமதிப்பற்ற ரத்தினங்கள், தங்கம் மற்றும் பிற பொக்கிஷங்களை தனது படைகளுக்கும்,

குடிமக்களுக்கும் பகிர்ந்தளித்தார். தனது செல்வம் மக்களுக்குப் பயனளிக்கும் என்பதை உறுதி செய்தார்.

தைமூர் இறுதிக் கட்டளைகளையும், ஆணைகளையும் பிறப்பித்தார். இது தனது அதிகாரத்தையும், தனது சந்ததியினரின் கீழ் தனது சாம்ராஜ்ஜியத்தைத் தொடர்வதற்கான அவரது எதிர்பார்ப்புகளையும் மீண்டும் உறுதிப்படுத்தியது.

தைமூரின் இறுதி உத்தரவுகள் அவரது வாரிசுகளுக்கு விசுவாசத்தின் முக்கியத்துவத்தையும் அவரது பேரரசின் பிராந்திய ஒருமைப்பாட்டைப் பராமரிப்பதன் முக்கியத்துவத்தையும் வலியுறுத்தின.

தைமூர் தனது ஆழ்ந்த மத நம்பிக்கைக்குப் பெயர் பெற்றவர். தனது கடைசி நேரத்தில், அவர் பிரார்த்தனையில் ஈடுபட்டு ஆன்மிக ஆறுதலைத் தேடினார்.

தைமூரின் பக்தி, தனது கடைசி தருணங்களில் மன்னிப்பு மற்றும் ஆத்மாவுக்குரிய வழிகாட்டுதலைத் தேடி ஜெபத்தின் பக்கம் திரும்பியபோது தெளிவாகத் தெரிந்தது.

தைமூர் நோய்வாய்ப்பட்டு பிப்ரவரி 18, பொ.யு.1405 அன்று இறந்தார்.

தைமூரின் உடல் சமர்கந்தில் உள்ள கல்லறையில் அடக்கம் செய்யப்பட்டது. இது பின்னர் குர்-இ-அமீர் என்று அழைக்கப்பட்டது. இந்தக் கல்லறை அவரது நீடித்த பாரம்பரியத்திற்கு ஒரு சான்றாகும். தைமூரது வாழ்க்கையின் இறுதி மணிநேரங்கள் பிரதிபலிப்பு, பெருந்தன்மை, அதிகாரத்தை மீண்டும் உறுதிப்படுத்துதல், மத பக்தி, மரணத்தின் தவிர்க்க முடியாத தன்மை ஆகியவற்றின் கலவையாக கடந்தது.

இந்தக் காலகட்டத்தில் தைமூரின் நடவடிக்கைகள் அவரது சாம்ராஜ்யத்திற்கான உறுதிப்பாட்டையும், ஒரு நிலையான வாரிசுரிமையை உறுதி செய்வதற்கான விருப்பத்தையும் அடிக்கோடிட்டுக் காட்டின. ஒரு வெற்றியாளராகவும், இறுதி தருணங்களில் ஓர் ஆட்சியாளராகவும் அவரது பாரம்பரியம், அவரது ஆட்சியின் சிக்கலான வரலாற்று விவரணையின் ஒரு பகுதியாகத் தொடர்ந்து நினைவுகூரப்படுகிறது.

தைமூரின் மரணத்திற்குப் பின்னர் வாரிசுரிமை

தைமூரின் மறைவு அவரது பேரரசின் வரலாற்றில் ஒரு முக்கியமான கட்டத்தைக் குறிக்கிறது. தைமூரின் சொத்துக்கள் மற்றும் மரபுகள் அவரது வாரிசுகளிடையே எவ்வாறு பகிர்ந்து

கொள்ளப்பட்டன என்பதையும் அதைத் தொடர்ந்து வந்த அதிகாரப் போராட்டங்களையும் குறித்துக் காண்போம்.

தைமூரின் மரணத்திற்குப் பின்னர் முதன்மை சவால்களில் ஒன்று நியமிக்கப்பட்ட வாரிசு அல்லது தெளிவான வாரிசுத் திட்டம் இல்லாதது.

தைமூரின் உள்வட்டம், அவரது மகன்கள் மற்றும் முக்கிய ஆலோசகர்கள் உட்பட, பேரரசின் மீது செல்வாக்கையும், கட்டுப்பாட்டையும் கோரியது.

தைமூரின் நான்காவது மகனான ஷாருக், தைமூரியருக்குப் பிந்தைய காலகட்டத்தில் ஒரு முக்கிய நபராக உருவெடுத்தார்.

ஷாருக் இறுதியில் தைமூரின் வாரிசாக அங்கீகரிக்கப்பட்டு ஹெராத்தை மையமாகக் கொண்ட பேரரசின் மேற்குப் பகுதியின் ஆட்சியாளரானார்.

சிதைவு

தைமூரின் மரணத்திற்குப் பின்னர், அவரது பேரரசு புவியியல் அடிப்படையில் பிளவுபடத் தொடங்கியது. பல்வேறு பகுதிகள் பல்வேறு தைமூரிய இளவரசர்களின் கட்டுப்பாட்டின் கீழ் வந்தன.

ஷாருக் கொராசான், பாரசீகம் மற்றும் மத்திய ஆசியாவின் சில பகுதிகளை ஆண்டார்.

தைமூரின் இரண்டாவது மகன் மிரான் ஷா மத்திய ஆசியாவின் சில பகுதிகளைக் கட்டுப்படுத்தினார். அதே நேரத்தில் ஷாருக் கொராசானின் மகன் உலுக் பெக் டிரான்சோக்ஸியானாவை ஆட்சி செய்தார்.

தைமூரின் சந்ததியினர் அவர் கைப்பற்றிய இந்தியப் பகுதிகளின் மீதான கட்டுப்பாட்டைத் தக்கவைத்துக்கொள்வதில் சிரமங்களை எதிர்கொண்டனர்.

இந்தியா மீதான தைமூரின் படையெடுப்பின் விளைவாகச் சிறிய பிராந்திய சக்திகள் நிறுவப்பட்டன. இது நிலைமையை மேலும் சிக்கலாக்கியது.

ஒரு வலுவான மைய அதிகாரம் இல்லாதது தைமூரின் சந்ததியினரிடையே உள் மோதல்கள் மற்றும் அதிகார மோதல்களுக்கு வழிவகுத்தது.

ஷாருக்கானின் சொந்த மகன்களான உலுக் பேக் மற்றும் பைசுங்கர் ஆகியோர் ஹெராத்தை கட்டுப்படுத்த கடுமையான போட்டியில் ஈடுபட்டனர்.

தைமூரின் வாரிசுகள் ஒட்டோமான் பேரரசு மற்றும் துருக்கி உள்ளிட்ட அண்டை பேரரசுகள் மற்றும் வம்சங்களிலிருந்து அச்சுறுத்தல்களை எதிர்கொண்டனர்.

பொ.யு.1402ம் ஆண்டில் ஒட்டோமான் பேரரசு தைமூரியப் படைகளைத் தோற்கடித்த அங்காரா போர், தைமூரின் வாரிசுகள் எதிர்கொண்ட வெளிப்புற சவால்களை எடுத்துக்காட்டியது.

அரசியல் பிளவுகள் இருந்தபோதிலும், தைமூரின் கலாசாரம் மற்றும் அறிவுசார் பாரம்பரியம் நீடித்தது.

ஷாரூக்கானும் அவரது அரசவையும் அறிஞர்கள், கவிஞர்கள் மற்றும் கலைஞர்களை தொடர்ந்து ஆதரித்தது, தைமூரிய சாம்ராஜ்யத்தின் கலாசார செழுமைக்கு பங்களித்தன.

தைமூரின் மரணத்திற்குப் பின்னர் அவரது சொத்துக்கள் மற்றும் பாரம்பரியத்தின் பிரிவினையால் அவரது வாரிசுகளிடையே அரசியல் குழப்பங்கள் ஏற்பட்டன. தெளிவான வாரிசுத் திட்டம் இல்லாததும், பிராந்திய அதிகார மையங்களின் தோற்றமும் பேரரசின் பிளவுக்கு வழிவகுத்தன. தைமூரின் சந்ததியினர் உள் மோதல்கள் மற்றும் வெளிப்புற அச்சுறுத்தல்களை எதிர்கொண்டனர். இது அவரது பாரம்பரியத்தின் ஒருங்கிணைப்பை சவாலுக்கு உட்படுத்தியது. தொடர்ந்து சவால்கள் இருந்தபோதிலும், தைமூரிய வம்சம் அது ஆட்சி செய்த பிராந்தியங்களின் கலாசார மற்றும் அறிவுசார் வாழ்க்கையில் குறிப்பிடத்தக்க பங்கைக் கொண்டிருந்தது. இது மத்திய ஆசியா மற்றும் மத்திய கிழக்கின் வரலாற்றில் நீடித்த தாக்கத்தை ஏற்படுத்தியது.

13

தைமூரை நினைவுகூர்தல்

தைமூர் ஒரு சிக்கலான வரலாற்று நபராக இருந்தார். அவரது தாக்கம் வரலாற்றாசிரியர்கள் மற்றும் அறிஞர்களிடையே தொடர்ந்து விவாதிக்கப்பட்டு வருகிறது.

ராணுவ வெற்றிகள் மூலம் ஒரு சாம்ராஜ்யத்தைக் கட்டியெழுப்புவதற்கும், விரிவுபடுத்துவதற்குமான தைமூரின் திறன் வரலாற்றில் தலைவர்களின் தந்திரமான யுக்திகளுக்கும், புத்திசாலித்தனத்திற்கும், துணிச்சலுக்கும் சான்றாக செயல்படுகிறது.

வரலாற்றின் போக்கை வடிவமைப்பதில் தலைமைத்துவம் மற்றும் ராணுவத்தின் பங்களிப்பும், சக்தியும் தைமூரின் மரபை நினைவூட்டுகிறது.

கலாசாரம் மற்றும் கலைகளுக்கான தைமூரின் ஆதரவு ஓர் அதிநவீன, நீடித்த நாகரிகத்தை உருவாக்குவதில் கலாசார செழுமையின் முக்கியத்துவத்தை அடிக்கோடிட்டுக் காட்டுகிறது.

அறிஞர்கள், கலைஞர்கள், கவிஞர்களுக்கு தைமூர் அளித்த ஆதரவு அறிவைப் பாதுகாப்பதற்கும், தொடர்ந்து ஊக்கமளிக்கும் தலைசிறந்த படைப்புகளை உருவாக்குவதற்கும் பங்களித்தது.

தைமூர் தனது பன்முக சாம்ராஜ்ஜியத்திற்குள் மத சகிப்புத்தன்மையை ஊக்குவித்தது பல்வேறு மதங்களுக்கிடையில் சகவாழ்வுக்கான சாத்தியத்தை எடுத்துக்காட்டுகிறது. மத பன்முகத்தன்மைக்கு ஒரு முன்மாதிரியாகச் செயல்படுகிறது.

தைமூரின் பாரம்பரியம் மத நல்லிணக்கத்தின் முக்கியத்துவத்தையும், பன்முகச் சமூகங்களில் அமைதியான சகவாழ்வுக்கான சாத்தியத்தையும் நமக்கு நினைவூட்டுகிறது.

தைமூரின் வாழ்க்கையும், ஆட்சியும் தலைமைத்துவத்தின் சிக்கலான தன்மையை எடுத்துக்காட்டுகின்றன. அங்குத் தனிநபர்கள் ஒரே நேரத்தில் வீரக் குணங்களை வெளிப்படுத்தலாம், கொடூரமான செயல்களையும் செய்யலாம்.

தைமூரின் சிக்கலான பாத்திரம் வரலாற்று நபர்களை விமர்சன ரீதியாகப் பகுப்பாய்வு செய்வதற்கும், அவர்களின் பாரம்பரியத்தின் நுணுக்கங்களை அங்கீகரிப்பதற்கும் நமக்குச் சவால் விடுகிறது.

தைமூரின் அறிஞர்களுக்கான ஆதரவும், அறிவைப் பாதுகாப்பதற்கான அவரது அர்ப்பணிப்பும் கல்வி மற்றும் அறிவுசார் தேடல்களின் நீடித்த மதிப்பை வலியுறுத்துகின்றன.

தைமூரின் பாரம்பரியம் கல்வி மற்றும் அறிவுசார் வளர்ச்சிக்குச் சமூக முன்னேற்றத்தின் அடித்தளங்களாக முன்னுரிமை அளிக்க நம்மை ஊக்குவிக்கிறது.

கொடூரமான படுகொலைகள், கொடுமைகள் போன்ற தைமூரின் தவறுகள், தலைவர்களின் முடிவுகளும், செயல்களும் தனிநபர்கள் மற்றும் சமூகங்களில் ஏற்படுத்தக்கூடிய ஆழமான தாக்கத்தை நமக்கு நினைவூட்டுகின்றன.

தைமூரின் மரபு ஒரு எச்சரிக்கையாகச் செயல்படுகிறது. வரலாற்றின் தவறுகளிலிருந்து பாடம் கற்றுக்கொண்டு, இரக்கமுள்ள மற்றும் நியாயமான நிர்வாகத்திற்காகப் பாடுபட வேண்டும் என்று வலியுறுத்துகிறது.

தைமூரின் கட்டடக்கலை மற்றும் கலை பங்களிப்புகள் காலப்போக்கில் சமூகங்களை இணைப்பதில் கலாசாரப் பாரம்பரியத்தின் நீடித்த மதிப்பைக் காட்டுகின்றன.

சமர்கந்தில் உள்ள ரெகிஸ்தான் சதுக்கம் போன்ற தைமூரின் கட்டடக்கலை அற்புதங்கள், கலாசாரப் பொக்கிஷங்களைப் பாதுகாப்பதன் முக்கியத்துவத்தை வலியுறுத்துகின்றன.

தைமூரின் ராணுவ வெற்றிகளுக்காகவும், சாம்ராஜ்ஜியத்தைக் கட்டியெழுப்புவதற்காகவும் மட்டுமல்லாமல், அவர் இன்று நமது உலகிற்கு வழங்கும் மதிப்புமிக்க படிப்பினைகள் மற்றும் மரபுகளுக்காகவும் நாம் நினைவில் கொள்ள வேண்டும். அவரது

சிக்கலான பண்பு, கலாசார ஆதரவு, மத சகிப்புத்தன்மை மற்றும் அவர் விட்டுச்சென்ற நீடித்த கட்டடக்கலை மற்றும் கலை பாரம்பரியம் அனைத்தும் வரலாறு மற்றும் தலைமைத்துவத்தின் பன்முகத் தன்மையை நினைவூட்டுகின்றன. தைமூரின் பாரம்பரியம் கடந்த காலத்தின் வெற்றிகள் மற்றும் தவறுகள் இரண்டிலிருந்தும் கற்றுக்கொள்ள நம்மை ஊக்குவிக்கிறது. இது நமது பகிரப்பட்ட மனித அனுபவம் மற்றும் நேர்மறையான மாற்றம் மற்றும் முன்னேற்றத்திற்கான திறனைப் பற்றிய ஆழமான புரிதலை வளர்க்கிறது.

தைமூர் - மகா அலெக்சாண்டர்

தைமூர் மற்றும் மகா அலெக்சாண்டர் ஆகிய இருவரும் வரலாற்றில் அழியாத முத்திரையைப் பதித்த புகழ்பெற்ற வெற்றியாளர்கள். இவ்விரு வரலாற்று ஆளுமைகளையும் அவர்களது பின்னணி, வெற்றிகள், தலைமைத்துவப் பாணிகள், மரபுகள் ஆகியவற்றின் அடிப்படையில் ஒப்பிடலாம்.

தைமூர் பொ.யு.1336ல் இன்றைய உஸ்பெகிஸ்தானில் பிறந்தார். எளிமையான தொடக்கத்திலிருந்து ஒரு சக்திவாய்ந்த பிரபுவாகவும், வெற்றியாளராகவும் உயர்ந்தார்.

தைமூரின் ஏற்றம் ராணுவ வலிமை, கவர்ச்சி மற்றும் அரசியல் தந்திரத்தால் கட்டமைக்கப்பட்டது. தொடர்ச்சியான வெற்றிகரமான படையெடுப்புகள் மூலம் மத்திய ஆசியாவில் தனது ஆட்சியை உறுதிப்படுத்தினார்.

அலெக்சாண்டர் பொ.யு.356ல் கிரேக்கத்தின் பெல்லாவில் இரண்டாம் பிலிப் மன்னரின் மகனாகப் பிறந்தார்.

அலெக்சாண்டர் நன்கு ஒழுங்கமைக்கப்பட்ட ராணுவத்தையும், மாசிடோனியாவின் அரியணையையும் மரபுரிமையாகப் பெற்றார். பாரசீகத்தைக் கைப்பற்றுவதில் தொடங்கி, தனது பேரரசை விரிவுபடுத்துவதற்காகத் தொடர்ச்சியான ராணுவப் படையெடுப்புகளைத் தொடங்கினார்.

தைமூரின் படையெடுப்புகள் மத்திய ஆசியாவிலிருந்து மத்தியக் கிழக்கு மற்றும் தெற்காசியா வரை பரவியிருந்தன. குறிப்பிடத்தக்கப் படையெடுப்புகளில் பாரசீகத்தை அடிமைப்படுத்துதல், இந்தியாவின் மீதான படையெடுப்பு, ஒட்டோமான் பேரரசின் தோல்வி ஆகியவை அடங்கும்.

தைமூர் பரந்த நிலப்பரப்பைக் கைப்பற்ற ராணுவ வலிமை மற்றும் உளவியல் போர்த் தந்திரங்கள் இரண்டையும் பயன்படுத்தினார்.

அலெக்சாண்டரின் பேரரசு கிரேக்கத்திலிருந்து எகிப்து, பாரசீகம், இந்தியா வரை பரவியிருந்தது. பாரசீகப் பேரரசைத் தோற்கடித்து, எகிப்தை வென்று, இந்தியத் துணைக்கண்டத்திற்குள் நுழைந்தார்.

அலெக்சாண்டர் தனது புதுமையான ராணுவ உத்திகள், விரைவான முன்னேற்றங்கள் மற்றும் போர்க்களத்தில் தகவமைப்பு ஆகியவற்றுக்காக அறியப்பட்டார்.

தைமூர் இரும்புக்கரம் கொண்டு ஆட்சி செய்தார். அச்சம் மற்றும் தண்டனை மூலம் தனது சாம்ராஜ்யத்தின் மீது கடுமையான கட்டுப்பாட்டைப் பேணினார்.

அவர் கலாசாரம் மற்றும் கலைகளின் புரவலராக இருந்தார். தனது அரசவையில் அறிஞர்கள் மற்றும் கலைஞர்களுக்கு ஆதரவளித்தார்.

அலெக்சாண்டர் தனது வசீகரம் மற்றும் தனிப்பட்ட வீரத்தின் மூலம் தனது படைகளிடையே அசைக்க முடியாத விசுவாசத்தை ஏற்படுத்தினார்.

அலெக்சாண்டர் கலாசாரப் பரிமாற்றங்கள் மற்றும் ஒருங்கிணைப்பை ஊக்குவித்தார். இது அவரது கைப்பற்றப்பட்ட பகுதிகளில் ஹெலனிஸ்டிக் கலாசாரம் பரவ வழிவகுத்தது.

தைமூரைச் சிலர் கொடூரமான படுகொலைகளுக்குப் பொறுப்பான இரக்கமற்ற வெற்றியாளராகவும், மற்றவர்கள் ஒரு ராஜதந்திரியாகவும், கலாசாரத்தின் புரவலராகவும் பார்க்கிறார்கள்.

ரெகிஸ்தான் சதுக்கத்தைப் போன்ற அவரது கட்டடக்கலை சாதனைகள் தொடர்ந்து போற்றப்படுகின்றன.

அலெக்சாண்டரின் பாரம்பரியம் நிலையானது. அவரது ராணுவ மேதைமை மற்றும் கலாசாரத் தாக்கத்திற்காகப் பரவலாகப் பாராட்டப்படுகிறது.

பல நூற்றாண்டுகளாகப் பண்டைய உலகை வடிவமைத்த ஹெலனிசம் என்று அழைக்கப்படும் கிரேக்கக் கலாசாரத்தின் பரவலுக்கு அவர் உதவினார்.

தைமூர் மற்றும் மகா அலெக்சாண்டர் ஆகிய இருவரும் தங்கள் சகாப்தங்களின் அரசியல் மற்றும் கலாசார நிலப்பரப்புகளை மறு வடிவமைத்த குறிப்பிடத்தக்க வெற்றியாளர்கள். அவர்கள் ராணுவ மேலாண்மை, தங்கள் பேரரசுகளை விரிவுபடுத்துவதற்கான லட்சியம் போன்ற சில பண்புகளைப் பகிர்ந்து கொண்டாலும், அவர்கள் தனித்துவமான தலைமைத்துவப் பாணிகளை வெளிப்படுத்தினர். மாறுபட்ட மரபுகளை விட்டுச் சென்றனர்.

தைமூரின் ஆட்சி எதேச்சதிகாரம் மற்றும் கலாசார ஆதரவால் குறிக்கப்பட்டது. அதே நேரத்தில் அலெக்சாண்டரின் தலைமை கவர்ச்சி மற்றும் கலாசார ஒருங்கிணைப்பால் வகைப்படுத்தப்பட்டது. அவற்றின் மரபுகள் சிக்கலானவையாக இருந்தாலும், வரலாற்றைப் பற்றிய நமது புரிதலைக் கவர்ந்திழுத்து, செல்வாக்குச் செலுத்துகின்றன.

தைமூர் - செங்கிஸ்கான்

தைமூர் மற்றும் செங்கிஸ்கான் ஆகியோர் யூரேசிய வரலாற்றில் மிக முக்கியமான வெற்றியாளர்கள். இவ்விரு வரலாற்று ஆளுமைகளையும் அவர்களது பின்னணி, வெற்றிகள், தலைமைத்துவப் பாணிகள், மரபுகள் ஆகியவற்றின் அடிப்படையில் ஒப்பிட்டு இங்குக் காண்போம்.

தைமூர் பொ.யு.1336ல் இன்றைய உஸ்பெகிஸ்தானில் பிறந்தார். அவர் துருக்கிய-மங்கோலியப் பின்னணியிலிருந்து வந்தார் மற்றும் மாறிவரும் அதிகார இயக்கவியல் பிராந்தியத்தில் வளர்ந்தார்.

தைமூரின் ஏற்றம் ராணுவ வலிமை, அரசியல் மேதைமை ஆகியவற்றால் வகைப்படுத்தப்பட்டது. பல்வேறு மத்திய ஆசியப் பழங்குடிகளை ஒன்றிணைத்து படிப்படியாகத் தனது ஆட்சியை விரிவுபடுத்தியதன் மூலம் அவர் புகழ் பெற்றார்.

பொ.யு.1162ம் ஆண்டில் தெமுஜின் என்ற பெயரில் பிறந்த செங்கிஸ்கான், மங்கோலிய நாடோடி பிரபுத்துவத்தைச் சேர்ந்தவர். அவரது தந்தையின் கொலைக்குப் பின்னர் ஆரம்பக்காலக் கஷ்டங்களை அனுபவித்தார்.

செங்கிஸ்கானின் குறிப்பிடத்தக்க அதிகார உயர்வு மங்கோலியப் பழங்குடியினரை ராணுவ நடவடிக்கைகள் மற்றும் ராஜதந்திரத் திறன்கள் மூலம் ஒன்றிணைப்பதை உள்ளடக்கியது. இவர் மங்கோலியர்களின் அசைக்க முடியாத தலைவரானார்.

தைமூரின் படையெடுப்புகள் மத்திய ஆசியா, மத்தியக் கிழக்கு மற்றும் தெற்காசியா உள்ளிட்ட பரந்த நிலப்பரப்பில் பரவியிருந்தன. பாரசீகத்தை அடிமைப்படுத்தி இந்தியா மீது படையெடுத்தது குறிப்பிடத்தக்கப் படையெடுப்புகளில் அடங்கும்.

தைமூர் தனது சாம்ராஜ்யத்தை வென்று விரிவுபடுத்த ராணுவ வலிமை, உளவியல் போர் மற்றும் இரக்கமற்ற தந்திரங்களின் கலவையைப் பயன்படுத்தினார்.

செங்கிஸ்கானின் படையெடுப்புகள் இன்னும் விரிவானவை, ஏனெனில் அவர் ஐரோப்பா முதல் ஆசியா வரை நீண்ட வரலாற்றில் மிகப்பெரிய நிலச் சாம்ராஜ்யத்தை நிறுவினார். இவர் குவாரெஸ்மியப் பேரரசு, சீனாவின் ஜின் வம்சம் மற்றும் குவாரஸ்மியப் பேரரசு ஆகியவற்றைத் தோற்கடித்தார்.

செங்கிஸ்கானின் ராணுவ உத்திகளில் ஒழுக்கமான படைகள், புதுமையான தந்திரங்கள், உளவியல் போர் ஆகியவை அடங்கும். குதிரைப்படையை அவர் பயன்படுத்திய விதம் மிகவும் பயனுள்ளதாக இருந்தது.

தைமூர் ஒரு சர்வாதிகார, மிருகத்தனமான பாணியில் ஆட்சி செய்தார். கட்டுப்பாட்டைத் தக்கவைக்கப் பயத்தையும், தண்டனையையும் பயன்படுத்தினார்.

அவர் கலாசாரம் மற்றும் கலைகளின் புரவலராக இருந்தார். அறிஞர்கள், கவிஞர்கள் மற்றும் கலைஞர்களுக்கு ஆதரவு அளித்தார்.

செங்கிஸ்கானின் தலைமைத்துவம் அவரது படைகளின் வசீகரம், தனிப்பட்ட வீரம் மற்றும் விசுவாசம் ஆகியவற்றால் வகைப்படுத்தப்பட்டது.

மங்கோலியச் சமூகம் மற்றும் நிர்வாகத்தின் பல்வேறு அம்சங்களை நிர்வகிக்கும் சட்டங்களை அவர் செயல்படுத்தினார்.

தைமூரின் பாரம்பரியம் கலவையானது. கொடூரமான படுகொலைகளுக்குக் காரணமான இரக்கமற்ற வெற்றியாளராக அவரைப் பார்ப்பது முதல் அவரை ஒரு ராஜதந்திரியாகவும் கலாசாரத்தின் புரவலராகவும் கருதுவது வரை கருத்துக்கள் உள்ளன.

ரெஜிஸ்தான் சதுக்கம் போன்ற அவரது கட்டடக்கலை சாதனைகள் தொடர்ந்து போற்றப்படுகின்றன.

செங்கிஸ்கானின் பாரம்பரியம் நிலையானது, பெரும்பாலும் நேர்மறையானது. இவர் மங்கோலியப் பேரரசின் ஒருங்கிணைப்பாளராகவும், நிர்வாகியாகவும், நிறுவனராகவும் நினைவுகூரப்படுகிறார்.

செங்கிஸ்கானின் பேரரசு பட்டுப்பாதையில் கலாசாரப் பரிமாற்றத்தை எளிதாக்கியது. கருத்துக்கள் மற்றும் தொழில்நுட்பங்களைப் பரப்புவதில் குறிப்பிடத்தக்கப் பங்கு வகித்தது.

தைமூர், செங்கிஸ்கான் இருவரும் செல்வாக்கு மிக்க வெற்றியாளர்களாக இருந்தபோதிலும், வெவ்வேறு தலைமைத்துவப் பாணிகளை வெளிப்படுத்தினர்.

தனித்துவமான மரபுகளை விட்டுச் சென்றனர். தைமூரின் ஆட்சி எதேச்சதிகாரம் மற்றும் கலாசார ஆதரவால் குறிக்கப்பட்டது. அதே நேரத்தில் செங்கிஸ்கானின் தலைமை கவர்ச்சி, ஒழுக்கம், கலாசாரம், அரசியல் நிலப்பரப்பில் நீடித்த தாக்கத்தால் வகைப்படுத்தப்பட்டது.

தைமூர் - அட்டிலா

தைமூர் மற்றும் ஹுன் அட்டிலா (Attila the Hun) ஆகியோர் வெவ்வேறு காலகட்டங்களில் வாழ்ந்த ஆனால் வரலாற்றில் குறிப்பிடத்தக்கத் தாக்கத்தை ஏற்படுத்திய இரண்டு வலிமையான வெற்றியாளர்கள். இவ்விரு வரலாற்று ஆளுமைகளையும் அவர்களது பின்னணி, வெற்றிகள், தலைமைத்துவப் பாணிகள், மரபுகள் ஆகியவற்றின் அடிப்படையில் ஒப்பிட்டு இங்குக் காண்போம்.

தைமூர் பொ.யு.1336ல் இன்றைய உஸ்பெகிஸ்தானில் பிறந்தார். துருக்கிய-மங்கோலியப் பின்னணியைச் சேர்ந்த இவர், மாறிவரும் அதிகார இயக்கவியல் கொண்ட ஒரு பிராந்தியத்தில் வளர்ந்தார்.

தைமூரின் அதிகார ஏற்றம் ராணுவ வலிமை, தந்திரம் மற்றும் புத்திசாலித்தனத்தால் குறிக்கப்பட்டது. பல்வேறு மத்திய ஆசியப் பழங்குடிகளை ஒருங்கிணைத்து படிப்படியாகத் தனது ஆட்சியை விரிவுபடுத்தினார்.

பொ.யு.406ல் பிறந்த அட்டிலா ஒரு ஹன்னிக் தலைவன். ஹுணர்கள் யூரேசிய புல்வெளியைச் சேர்ந்த நாடோடி மக்கள்.

ஹன்னிக் பழங்குடிகளை ஒன்றிணைத்து வழிநடத்தும் திறனால் அட்டிலா அதிகாரத்திற்கு உயர்ந்தார். அவர் ஹுணர்களின் தலைமை ஆட்சியாளராகி ஐரோப்பாவிற்குள் படையெடுப்புகளைத் தொடங்கினார்.

தைமூரின் படையெடுப்புகள் மத்திய ஆசியா, மத்தியக் கிழக்கு மற்றும் தெற்காசியா உள்ளிட்ட பரந்த நிலப்பரப்பில் பரவியிருந்தன. பாரசீகம் போன்ற சாம்ராஜ்ஜியங்களை அடிமைப்படுத்தி இந்தியாவிற்குள் படையெடுப்புகளை மேற்கொண்டார்.

தைமூர் தனது சாம்ராஜ்ஜியத்தை வென்று விரிவுபடுத்த ராணுவ வலிமை, உளவியல் போர், இரக்கமற்ற தந்திரங்களின் கலவையைப் பயன்படுத்தினார்.

அட்டிலாவின் படையெடுப்புகள் முதன்மையாக ஐரோப்பாவில் இருந்தன. கிழக்கு மற்றும் மேற்கு ரோமப் பேரரசுகள்

மீது படையெடுத்து, பரவலான அழிவை ஏற்படுத்தியதில் ஹூணர்களை வழிநடத்தினார்.

பிளவுபட்ட ஹன்னிக் பழங்குடிகளை ஒன்றிணைக்கும் திறனுக்காகவும், போரில் வில்வித்தை வீரர்களைப் பயன்படுத்தியதற்காகவும் அட்டிலா அறியப்பட்டார். இது அவரது படைகளை மிகவும் வலிமையானதாக ஆக்கியது.

தைமூர் சர்வாதிகாரம் மற்றும் மிருகத்தனமான பாணியில் ஆட்சி செய்தார். கட்டுப்பாட்டைத் தக்கவைக்கப் பயத்தையும், தண்டனையையும் பயன்படுத்தினார்.

இவர் கலாசாரம் மற்றும் கலைகளின் புரவலராக இருந்தார். அறிஞர்கள், கவிஞர்கள், கலைஞர்களைத் தனது அரசவைக்கு ஈர்த்தார்.

அட்டிலாவின் தலைமைத்துவம் அவரது வசீகரமான ஆளுமையால் வகைப்படுத்தப்பட்டது. இது அவரது ஆதரவாளர்களிடமிருந்து விசுவாசத்தைப் பெற்றது.

அட்டிலா ஒரு மையப்படுத்தப்பட்ட பேரரசை நிறுவவில்லை. மாறாக ஹன்னிக் பழங்குடிகளின் கூட்டமைப்பின் மூலம் ஆட்சி செய்து, அவர்களின் சுயாட்சியைப் பேணினார்.

தைமூரின் பாரம்பரியம் கலவையானது. கொடூரமான படுகொலைகளுக்குக் காரணமான இரக்கமற்ற வெற்றியாளராக அவரைப் பார்ப்பது முதல் அவரை ஒரு ராஜதந்திரியாகவும் கலாசாரத்தின் புரவலராகவும் கருதுவது வரை கருத்துக்கள் உள்ளன.

ரெஜிஸ்தான் சதுக்கம் போன்ற அவரது கட்டடக்கலை சாதனைகள் தொடர்ந்து போற்றப்படுகின்றன.

அட்டிலாவின் பாரம்பரியம் அவரது எதிரிகளிடம் அவர் ஏற்படுத்திய பயம் மற்றும் பிரமிப்பினால் குறிக்கப்படுகிறது. அவர் பெரும்பாலும் 'கடவுளின் சாபம்' என்று நினைவுகூரப்படுகிறார்.

ஹூணர்களின் இடப்பெயர்வுகளும், படையெடுப்புகளும் ஐரோப்பாவில் நீடித்த தாக்கத்தை ஏற்படுத்தி வரலாற்றின் போக்கை வடிவமைத்தன. தைமூர் மற்றும் அட்டிலா தி ஹூன் இருவரும் புகழ்பெற்ற வெற்றியாளர்களாக இருந்தபோதிலும், வெவ்வேறு தலைமைத்துவப் பாணிகளை வெளிப்படுத்தினர், தனித்துவமான மரபுகளை விட்டுச் சென்றனர். தைமூரின் ஆட்சி எதேச்சதிகாரம் மற்றும் கலாசார ஆதரவால் குறிக்கப்பட்டது, அதே நேரத்தில் அட்டிலாவின் தலைமை கவர்ச்சி மற்றும் பரவலாக்கப்பட்ட ஆட்சியால் வகைப்படுத்தப்பட்டது.

14

தைமூர்: ஒரு சிக்கலான சர்வாதிகாரி

தைமூர் ஒரு நல்ல தலைவரா அல்லது தீயத் தலைவரா என்பதை மதிப்பிடுவது ஒரு சிக்கலான பணியாகும். தைமூரின் பாரம்பரியம் சாதனைகள் மற்றும் சிக்கலான செயல்களின் கலவையால் குறிக்கப்படுகிறது. தைமூரின் தலைமையின் பண்புகளை ஆராய்ந்து, அவரின் நேர்மறை மற்றும் எதிர்மறை அம்சங்களைப் பற்றிய ஒரு சீரான மதிப்பீட்டைப் பார்க்கலாம்.

தைமூர் தனது படையெடுப்புகள் முழுவதும் அசாதாரண ராணுவ வலிமையையும், புத்திசாலித்தனத்தையும் வெளிப்படுத்தினார். அவரது வெற்றிகள் பல்வேறு போர்க்களங்கள் மற்றும் எதிரிகளுக்கு ஏற்ப அவரது திறனை வெளிப்படுத்தின.

மத்திய ஆசியப் பழங்குடிகளைத் தனது தலைமையின் கீழ் ஒன்றிணைத்து, பிராந்தியத்தில் ஒற்றுமை உணர்வை வளர்த்தார்.

தைமூர் கலாசாரம் மற்றும் கலைகளின் புரவலராக இருந்தார். அறிஞர்கள், கவிஞர்கள், கலைஞர்களுக்கு மரியாதை செய்தார். இது அவரது சாம்ராஜ்யத்தின் அறிவார்ந்த உயிர்ப்புக்குப் பங்களித்தது.

அறிஞர்களுக்கு அவர் அளித்த ஆதரவு பண்டைய நூல்கள் உட்பட அறிவையும் கலாசாரப் பாரம்பரியத்தையும் பாதுகாக்க உதவியது.

தைமூர் தனது மாறுபட்ட சாம்ராஜ்ஜியத்திற்குள் மத சகிப்புத்தன்மையை ஊக்குவித்தார். இது வெவ்வேறு நம்பிக்கைகளின் சகவாழ்வை அனுமதித்தது.

இக்கொள்கை பல்வேறு மதக் குழுக்களிடையே சமூக நல்லிணக்கம் மற்றும் ஒற்றுமைக்குப் பங்களித்தது.

தோற்கடிக்கப்பட்ட எதிரிகளின் மண்டை ஓடுகளைக் கொண்டு கோபுரங்களைக் கட்டுவது போன்ற கொடூரமான படுகொலைகள் மற்றும் இரக்கமற்ற தந்திரங்களால் தைமூரின் பாரம்பரியம் களங்கப்படுகிறது.

இவரது ராணுவப் படையெடுப்புகள் நகரங்களை அழிப்பதற்கும், சூறையாடுவதற்கும் வழிவகுத்தன. இது பொதுமக்களுக்குப் பெரும் துன்பத்தை ஏற்படுத்தியது.

தைமூர் ஒரு சர்வாதிகாரப் பாணியுடன் ஆட்சி செய்தார். பயம் மற்றும் தண்டனை மூலம் தனது பேரரசின் மீது கடுமையான கட்டுப்பாட்டைப் பேணினார்.

அரசியல் சுதந்திரம் இல்லாமை மற்றும் கனமான ஆளுகை ஆகியவற்றால் குறிக்கப்பட்ட ஓர் ஆட்சியின் கீழ் அவரது குடிமக்கள் வாழ்ந்தனர்.

தைமூரின் பாரம்பரியம் ஒரு சிக்கலான நடவடிக்கைகளால் குறிக்கப்படுகிறது. அங்கு வீரக் குணங்கள், கொடூரமான செயல்களுடன் இணைந்து செயல்படுகின்றன.

தைமூரை ஒரு தலைவராக மதிப்பிடுவது வரலாற்று விவாதப் பொருளாக உள்ளது. அவரது ஆட்சி குறித்த மாறுபட்ட கண்ணோட்டங்களுடன் இது வளர்ந்துவருகிறது. தைமூர் நல்லவரா அல்லது தீயவரா என்பதை மதிப்பிடுவது அவரது ஆட்சியின் பன்முகத் தன்மை காரணமாகச் சவாலானது. அவரது தலைமைத்துவம் பாராட்டத்தக்கக் குணங்களையும்,செயல்களையும் கொண்டிருந்தது. அவை பரவலாக விமர்சிக்கப்பட்டன.

தைமூரின் ராணுவ வலிமை, கலாசார ஆதரவு, மத சகிப்புத்தன்மையை ஊக்குவித்தல் ஆகியவை அவரது தலைமைத்துவத்தின் நேர்மறையான மதிப்பீட்டிற்குப் பங்களிக்கின்றன. இருப்பினும், அவரது காட்டுமிராண்டித்தனம், அதிகப்படியான கொடுமை, சர்வாதிகார ஆட்சி, அவரது பிரசாரங்களால் ஏற்பட்ட அழிவு ஆகியவை கடுமையான விமர்சனங்களை எழுப்புகின்றன.

தைமூரின் மரபு தலைமைத்துவத்தின் சிக்கலான தன்மையையும், வரலாற்று நபர்கள் குறித்த நீடித்த விவாதத்தையும் நினைவூட்டுகிறது. ஒரு சீரான மதிப்பீடு அவரது சாதனைகள் மற்றும் குறைபாடுகள் இரண்டையும் ஒப்புக்கொள்கிறது. வரலாற்றிலிருந்து தலைவர்களை மதிப்பிடும்போது நுணுக்கமான பகுப்பாய்வின் அவசியத்தை வலியுறுத்துகிறது.

தைமூரின் ஆட்சியின் நன்மைகள்

தைமூர், மத்திய ஆசியா, மத்தியக் கிழக்கு மற்றும் தெற்காசியாவில் பரந்த நிலப்பரப்பில் பரவியிருந்த ஒரு முக்கிய ஆட்சியாளராவார். அவரது ஆட்சி ராணுவ வெற்றிகள், மிருகத்தனமான படையெடுப்புகளால் குறிக்கப்பட்டாலும், அவரது ஆட்சியின் போது அவரது குடிமக்கள் சிலர் அனுபவித்திருக்கக் கூடிய சாத்தியமான நன்மைகளை ஆராய்வது அவசியம்.

தைமூரின் வெற்றிகள் பட்டுச்சாலை போன்ற முக்கியமான வர்த்தகப் பாதைகளை மீட்டெடுக்கவும், பாதுகாக்கவும் உதவியது. இது வணிகர்களுக்குப் பயனளித்தது. பொருளாதாரப் பரிமாற்றங்களை எளிதாக்கியது.

தைமூரின் பேரரசின் விரிவாக்கம் அதற்குள் வசிப்பவர்களுக்குப் புதிய பொருளாதார வாய்ப்புகளைத் திறந்து, பொருளாதார வளர்ச்சிக்குப் பங்களித்தது.

தைமூர் தனது வீரர்களுக்கும், குடிமக்களுக்கும் செல்வத்தைப் பகிர்ந்தளிப்பதில் பெயர் பெற்றவர். இது பல நபர்களின் பொருளாதார நிலைமைகளை மேம்படுத்தியிருக்கலாம்.

அவரது வெற்றிகளின்போது பெறப்பட்ட பரந்த வளங்கள் சில நேரங்களில் மக்களிடையே மறுபகிர்வு செய்யப்பட்டன. இது சில பிராந்தியங்களில் வறுமையைக் குறைத்தது.

தைமூர் கலாசாரம் மற்றும் கலைகளின் புரவலராக இருந்தார். அறிஞர்கள், கவிஞர்கள், கலைஞர்களை ஆதரித்தார். இந்த ஆதரவு அறிவுசார் முன்னேற்றத்திற்குப் பங்களித்தது.

அறிஞர்களின் ஆதரவின் மூலம் அறிவைப் பாதுகாக்க அவர் மேற்கொண்ட முயற்சிகள் மதிப்புமிக்க நூல்களையும், பண்பாட்டு மரபுகளையும் பாதுகாப்பதை உறுதி செய்தன.

தைமூரின் பேரரசு கலாசார ரீதியாக மாறுபட்டது. வெவ்வேறு நாகரிகங்களுக்கிடையில் தொடர்புகளை வளர்த்தது. இது கருத்துப் பரிமாற்றத்திற்கும் கலாசாரச் செழுமைக்கும் வழிவகுத்தது.

தைமூரின் ராஜ்ஜியத்தில் பல்வேறு கலாசாரங்களின் கலவையானது கலாசார ஒத்திசைவின் வளமான கட்டமைப்பிற்குப் பங்களித்தது.

தைமூரின் ராணுவ நடவடிக்கைகள், பெரும்பாலும் கொடூரமானவை என்றாலும், வெளிப்புற அச்சுறுத்தல்களிலிருந்து அவர் தனது குடிமக்களைப் பாதுகாத்தார்.

தைமூர் அறிஞர்கள், கவிஞர்கள் மற்றும் கலைஞர்களைத் தனது அரசவைக்கு ஈர்த்தார். கலாசாரம் மற்றும் அறிவுசார் தேடல்களின் புரவலராக ஆனார். அறிஞர்களுக்கு அவர் அளித்த ஆதரவு அறிவு மற்றும் கலாசாரப் பாரம்பரியத்தைப் பாதுகாக்க உதவியது. கற்றலை ஊக்குவிப்பவராக அவரது நற்பெயரை உயர்த்தியது.

சமர்கந்தில் உள்ள ரெஜிஸ்தான் சதுக்கம் போன்ற தைமூரின் கட்டடக்கலை சாதனைகள் தொடர்ந்து பாராட்டப்படுவது அவரது உலகளாவிய பிரபலத்திற்குப் பங்களிக்கின்றன.

தைமூரின் பாரம்பரியம் ஒரு சிக்கலான பார்வையைக் கொண்டது. அங்கு வீரக் குணங்கள் கொடூரமான செயல்களுடன் இணைந்து செயல்படுகின்றன. இந்தச் சிக்கலான தன்மை அவரது வாழ்க்கை மற்றும் ஆட்சியின் மீது நீடித்த உலகளாவிய ஆர்வத்திற்குப் பங்களித்துள்ளது.

தைமூரின் தலைமைத்துவத்தின் மதிப்பீடு வரலாற்று விவாதத்திற்கு உட்பட்டது. இது ஆய்வு மற்றும் விவாதப் பொருளாக அவரது நீடித்த புகழை அதிகரிக்கிறது.

தைமூரின் வாழ்க்கை வெற்றிகள், கலை, இலக்கியம் மற்றும் வரலாற்று விவரிப்புகளுக்கு உத்வேகம் அளித்துள்ளன. அவை அவரது உலகளாவிய பிரபலத்திற்குப் பங்களித்துள்ளன. தைமூரின் உலகளாவிய புகழ் அவரது ராணுவ வெற்றிகள், துணிச்சலான படையெடுப்புகள், உளவியல் போர்க்கான புகழ், கலாசார ஆதரவு, கட்டடக்கலை சாதனைகள் மற்றும் அவரது பாத்திரத்தின் சிக்கலான தன்மை உள்ளிட்ட கலவையின் விளைவாகும்.

அவரது பாரம்பரியம் உலகெங்கிலும் உள்ள அறிஞர்கள், கலைஞர்கள் மற்றும் வரலாற்றாசிரியர்களைத் தொடர்ந்து கவர்ந்து வருகிறது. இது காலத்தையும், எல்லைகளையும் ாண்டிய தாக்கத்தையும், செல்வாக்கையும் கொண்ட ஒரு க்கிய வரலாற்று நபராக அவரை ஆக்குகிறது. தைமூரின் தனைகள், நடவடிக்கைகள் கொண்டாடப்பட்டாலும் அல்லது மர்சிக்கப்பட்டாலும், உலக வரலாறு மற்றும் கலாசாரத்தில் ழிக்க முடியாத முத்திரையை விட்டுச் சென்றுள்ளன.

ாலும், உலகம் முழுக்க தைமூர் இரக்கமே இன்றிச் செய்த கொலைகள், அவரை ஒரு கொடுங்கோலனாகவே மக்கள் த்தில் நிலைநிறுத்தி உள்ளன என்பதை ஒப்புக்கொள்ளத்தான் ண்டும்.

மத்திய ஆசியாவின் மீதான அவரது அதிகாரத்தையும், கட்டுப்பாட்டையும் ஒருங்கிணைத்ததின் மூலம் மோதலால் பாதிக்கப்பட்ட பிராந்தியங்களில் உள்நாட்டு ஸ்திரத்தன்மை நீடித்தது.

தைமூர் தனது பன்முகச் சாம்ராஜ்ஜியத்திற்குள் மத சகிப்புத்தன்மையை ஊக்குவித்தார். வெவ்வேறு மதங்களை ஒன்றாக இருக்க அனுமதித்தார். இக்கொள்கை சமூக நல்லிணக்கத்திற்கும் மத மோதல்களைக் குறைப்பதற்கும் பங்களித்தது.

தைமூரின் ஆட்சிக் காலத்தில் சமர்கந்தில் உள்ள ரெகிஸ்தான் சதுக்கம் போன்ற அற்புதமான கட்டடக்கலை அற்புதங்கள் கட்டப்பட்டன. இது பிராந்தியத்தின் கலாசாரம் மற்றும் வரலாற்று முக்கியத்துவத்தை மேம்படுத்தியது.

நகரங்கள் மற்றும் நகர்ப்புற மையங்களில் முதலீடுகள், குடியிருப்பாளர்களின் வாழ்க்கை நிலைமைகள் மற்றும் உள்கட்டமைப்பை மேம்படுத்தியிருக்கலாம்.

தைமூரின் ஆட்சி வெற்றிகள் மற்றும் காட்டுமிராண்டித்தனத்தால் குறிக்கப்பட்டாலும், அவரது ஆளுகையின் கீழ் உள்ள சில தனிநபர்கள், பிராந்தியங்கள் சில நன்மைகளை அனுபவித்திருக்கலாம் என்பதை ஒப்புக்கொள்வது முக்கியம். இந்த நன்மைகளில் வர்த்தகம், செல்வ மறுபகிர்வு மூலம் பொருளாதாரச் செழிப்பு, ஆதரவு மற்றும் பரிமாற்றத்தின் மூலம் கலாசாரம் மற்றும் அறிவுசார் முன்னேற்றங்கள், வெளிப்புற அச்சுறுத்தல்களிலிருந்து ஸ்திரத்தன்மை, பாதுகாப்பு, கட்டடக்கலை சாதனைகள். நகர்ப்புற வளர்ச்சி மூலம் பிராந்திய வளர்ச்சி ஆகியவை அடங்கும்.

தைமூரின் ஆட்சியின் நன்மைகள் சமமாக விநியோகிக்கப் படவில்லை என்பதையும், அவரது படையெடுப்புகளால் பல பிராந்தியங்கள் பெரிதும் பாதிக்கப்பட்டன என்பதையும் வலியுறுத்துவது அவசியம். தைமூரின் ஆட்சியின் ஒட்டுமொத்தத் தாக்கத்தை மதிப்பிடுவதற்கு அவரது தலைமைத்துவம் அவரது குடிமக்கள் மீது ஏற்படுத்திய சிக்கலான மற்றும் பெரும்பாலும் முரண்பாடான விளைவுகளைப் பற்றிய நுணுக்கமான புரிதல் தேவைப்படுகிறது.

தைமூரின் ஆட்சியின் தீமைகள்

தைமூர், ராணுவ வெற்றிகள் மூலம் ஒரு பரந்த பேரரசைக் கட்டியெழுப்பிய ஒரு வலிமையான ஆட்சியாளர் ஆவார். இருப்பினும், அவரது ஆட்சியின் கீழ் வாழ்ந்த மக்கள் அனுபவித்த

துன்பங்கள் மற்றும் இழப்புகளால் அவரது ஆட்சி குறிக்கப்பட்டது. தைமூரின் ஆட்சிக் காலத்தில் அவரது குடிமக்கள் எதிர்கொண்ட பல்வேறு துன்பங்களையும், விளைவுகளையும் காண்போம்.

தைமூரின் வெற்றிகள் பெரும்பாலும் கொடூரமான படுகொலைகளுடன் சேர்ந்து கொண்டன. இதன் விளைவாக ராணுவ மற்றும் பொதுமக்கள் மத்தியில் எண்ணற்ற உயிர் இழப்புகள் ஏற்பட்டன.

பாரிய கொலைகள், சித்திரவதைகள், நகரங்களைச் சூறையாடுதல் உள்ளிட்ட அட்டூழியங்களைச் செய்வதில் இவரது படைகள் ஈடுபட்டன. இது பெரும் துன்பங்களை ஏற்படுத்தியது.

தைமூர் பெரும்பாலும் கைப்பற்றப்பட்ட பிரதேசங்களிலிருந்து படைவீரர்களை வலுக்கட்டாயமாகப் படையில் சேர்த்தார். இதனால் இப்பகுதிகள் இளம் மற்றும் திறமையான வீரர்களை இழந்தனர்.

தைமூரின் ராணுவப் படையெடுப்புகள் நகரங்களையும், குடியிருப்புகளையும் அழித்தன. இதன் விளைவாகப் பொருளாதாரச் சீரழிவு ஏற்பட்டது.

உள்கட்டமைப்பு அழிவு பொருளாதார நடவடிக்கைகளைத் தடுத்து வர்த்தக வழிகளைச் சீர்குலைத்தது.

தைமூரின் படைகள் கைப்பற்றப்பட்ட பிரதேசங்களிலிருந்து ஏராளமான செல்வங்களைக் கொள்ளையடித்தன. பிராந்தியங்களின் வளங்களைப் பறித்தன.

தைமூரின் ஆட்சியின் கீழ் உள்ள பகுதிகளின் வறுமைக்குச் சூறையாடுதல் பங்களித்தன.

தைமூரின் படையெடுப்புகள் பெரும்பாலும் கலாசாரக் கலைப்பொருட்கள், கலை மற்றும் கட்டடக்கலை பொக்கிஷங்களின் அழிவுக்கு வழிவகுத்தன. இதன் விளைவாக ஈடுசெய்ய முடியாத இழப்புகள் ஏற்பட்டன.

நூலகங்கள், கற்றல் மையங்கள் சில பகுதிகளில் அழிக்கப்பட்டன. இதன் விளைவாக மதிப்புமிக்க அறிவை இழக்க நேரிட்டது.

தைமூரின் இடைவிடாத ராணுவ நடவடிக்கைகள் மற்றும் மிருகத்தனமான செயல்கள் பல பிராந்தியங்களில் மக்கள்தொகை வீழ்ச்சிக்குப் பங்களித்தன.

சிறிய மக்கள்தொகை மற்றும் பொருளாதாரச் சீர்குலைவுகள் கைப்பற்றப்பட்ட பிரதேசங்களின் மீட்பு மற்றும் வளர்ச்சியைத் தடுத்தன. தைமூரின் ஆட்சியின் கீழ் வாழ்ந்த மக்களுக்கு ஏற்பட்ட இழப்புகள் கணிசமானவை, பன்முகத்தன்மை கொண்டவை. இந்த இழப்புகள் மனித உயிர் இழப்புகள், மகத்தான துன்பங்கள், பொருளாதாரச் சீர்குலைவு, கலாசார அழிவு, அறிவுசார் இழப்புகள், மக்கள்தொகை இழப்பு போன்ற நீண்டகால விளைவுகளை உள்ளடக்கியது.

தைமூரின் ராணுவ வெற்றிகள், மிருகத்தனமான நடவடிக்கைகள் அவர் வென்ற பிராந்தியங்களில் ஆழமான மற்றும் நீடித்த தாக்கத்தை ஏற்படுத்தின. துன்பங்களின் பாரம்பரியத்தை இன்றளவும் நினைவில் வைத்திருக்கிறது.

தைமூரின் ஆட்சி சில நன்மைகளுடன் தொடர்புடையது என்றாலும், அவரது குடிமக்கள் அனுபவிக்கும் இழப்புகளை அங்கீகரிப்பதும் அவசியம். தைமூரின் தலைமையின் ஒட்டுமொத்தத் தாக்கத்தை மதிப்பிடுவது அவரது ஆட்சியின் நேர்மறை மற்றும் எதிர்மறை அம்சங்கள், அவரது செயல்களின் நீடித்த விளைவுகள் இரண்டையும் குறித்த சீரான புரிதல் தேவைப்படுகிறது.

உலக அளவில் நற்பெயரை உருவாக்கிய விதம்

தைமூர், தனது வாழ்நாளில் உலகளாவிய புகழைப் பெற்ற ஒரு வரலாற்று நபராக இருந்தார். தைமூரின் ராணுவ மேதைமையும், அவரது துணிச்சலான ராணுவ நடவடிக்கைகளும் உலகின் கவனத்தை ஈர்ப்பதில் முக்கியப் பங்கு வகித்தன.

அவரது வெற்றிகள் மத்திய ஆசியா, மத்தியக் கிழக்கு, தெற்காசி மற்றும் கிழக்கு ஐரோப்பா முழுவதும் பரவியிருந்தன. அவரை ஒரு வலிமையான, பரவலாக அங்கீகரிக்கப் நபராக மாற்றியது.

பொ.யு.1402ம் ஆண்டில் அங்காரா போரில் ஒட்டோமான் எதிரான தைமூரின் வெற்றி அவருக்கு உல அங்கீகாரத்தைக் கொடுத்த ஒரு குறிப்பிடத்தக்கச் சாதன தைமூரின் இந்தியப் படையெடுப்பும், பொ.யு.1398ல் தி கைப்பற்றியதும் பெரும் வல்லரசுகளை வென்றவர் எ மேலும் அதிகரித்தது.

தோற்கடிக்கப்பட்ட எதிரிகளின் மண்டை ஓடுகளை கோபுரங்களைக் கட்டுவது போன்ற இரக்கமற்ற ந அவரது எதிரிகளிடையே பயத்தை விதைத்தன. தன சோர்வடையச் செய்ய அவர் உளவியல் பயன்படுத்தினார். இது விரைவான வெற்றிகளுக் அங்கீகாரத்தை அதிகரிப்பதற்கும் வழிவகுத்தது